AF741747

ഓഷോ ധ്യാനോത്സവം

INSIGHT PUBLICA®

Nadakkavu, Kozhikode, Kerala
Tel:0495–4020666
www. insightpublica. com
e-mail: insightpublica@gmail. com
Title: **Asthithwathinu Samarppanam Cheyyuka**
(Malayalam)
Author: **Osho**
First Insight Edition: September 2023
Copyright©Reserved
All rights reserved. No Part of this Publication may be reproduced, stored in a retrieval system, or transmitted, in any form, or by any means, electronic, mechanical, photocopying, recording or otherwise, without the prior permission of the publisher.
ISBN 978-93-5517-434-5
Printed and Published by
Insightinpublica Printers & Publishers Ltd.
₹170

ഓഷോ

അസ്തിത്വത്തിന് സമർപ്പണം ചെയ്യുക

INSIGHT PUBLICA

ഓഷോ ധ്യാനോത്സവം
പരമ്പരയിലെ പന്ത്രണ്ട് പുസ്തകങ്ങൾ

1. അസ്തിത്വത്തിന് സമർപ്പണം ചെയ്യുക.
   Surrender to Existence

2. അതെ പറയുക!
   Say Yes!

3. പ്രേമം ഒരു സ്വതന്ത്ര പക്ഷിയാകുന്നു
   Love is a Free Brid

4. ജീവിതം ഒരു വരദാനമാകുന്നു
   Life is a Gift

5. ഭൂമിയിൽ അപരിചിതൻ
   Stranger to the Earth

6. സ്വയം ഒരു ദീപമായിത്തീരുക
   Be a lamp unto yourself

7. നാം സ്വയം പറക്കുന്നു
   Alone we Fly

8. ആപത്കരമായി ജീവിക്കുക
   Live Dangerously

9. ഭയമില്ലായ്മ ഞാൻ പഠിപ്പിക്കുന്നു
   I teach Fearlessness

10. നിങ്ങളുമായി ഒന്നായിത്തീരുക
    Become one with yourself

11. സമുദ്രത്തിൽ ഒരു മഞ്ഞുതുള്ളി
    A Dewdrop in the Ocean

12. ധ്യാനം ഒരു ആനന്ദഹർഷം
    Meditation : An Ecstasy

ധ്യാനമില്ലാത്ത ജീവിതം
ഹേമന്തത്തിലെ പ്രകൃതി പോലെയാണ്.
സൂര്യൻ മറഞ്ഞിരിക്കുന്നു,
സുമങ്ങൾ ഉറങ്ങിയിരിക്കുന്നു,
ശീതക്കാറ്റ് ചവറ്റിലകൾക്കിടയിലൂടെ
ചെറുശബ്ദമുണ്ടാക്കി
തെന്നിനീങ്ങിക്കൊണ്ടിരിക്കുന്നു.

മുഖവുര

വരും താളുകളിൽ കാണുന്ന വാക്കുകൾ ബോധ പ്രാപ്തനായ മഹാഗുരു ഓഷോ തന്റെ ശിഷ്യന്മാരോടും ഇന്ത്യയിലെ അദ്ദേഹത്തിന്റെ പൂന ആശ്രമം സന്ദർശിച്ച മറ്റു സാധകരോടുമായി ചെയ്ത പ്രഭാഷണങ്ങളിൽ നിന്നും എടുത്തിട്ടുള്ളതാണ്. ഫോട്ടോകളിൽ അധികവും ആശ്രമത്തിനകത്തുനിന്ന് എടുത്തിട്ടുള്ളവയാണ്: ഓഷോ തന്റെ ശിഷ്യരോടും അതിഥികളോടുമൊപ്പമുള്ളവ, സാധകർ ധ്യാനം ചെയ്യുകയോ മറ്റു പ്രവർത്തനങ്ങളിലേർപ്പെടുകയോ അല്ലെങ്കിൽ വെറുതെ വർത്തിക്കുകയോ ചെയ്യുന്നവ. (പൂന ഓഷോ മെഡിറ്റേഷൻ റിസോർട്ടിൽ നിന്നുള്ള ഫോട്ടോകൾ കൂടാതെ ഓഷോ ദം (ഡൽഹി), ഓഷോ നിസർഗ, (ഹിമാചൽപ്രദേശ്), ഓഷോ തവോവൻ (നേപ്പാൾ), രജനീഷ്പുരം (അമേരിക്ക), മേസ്കോ ഉൾപ്പെടെയുള്ള ചില വിദേശനഗരങ്ങളിൽ നടന്ന മെഡിറ്റേഷൻ ക്യാമ്പുകൾ, കേരളത്തിൽ നടന്ന ചില ഓഷോ ഇവന്റുകളുടെയും ക്യാമ്പുകളുടെയും ഫോട്ടോകൾ ഈ മലയാളം പതിപ്പിൽ ഉൾപ്പെടുത്തിയിട്ടുണ്ട്.)

ഓഷോ നിർദ്ദേശിച്ചിട്ടുള്ളത് ഈ പുസ്തകം താഴെ പറയുന്ന രീതിയിൽ ഉപയോഗിക്കുകയാണെങ്കിൽ വായനക്കാർക്കത് ഏറ്റവും കൂടുതൽ പ്രയോജനകരമായിരിക്കും എന്നാണ്- അതായത് ഓരോ പ്രഭാതത്തിലേക്കും ക്രമപ്പെടുത്തിയിട്ടുള്ള ഭാഗങ്ങൾ രാവിലെ ഉണർന്നെഴുന്നേൽക്കുമ്പോൾ തന്നെ-മനസ്സ് ദിവസേനെയുള്ള മറ്റു പ്രവൃത്തികളിൽ വ്യാപൃതമാകുന്നതിന് മുൻപ് വായിക്കുക.

ഒരാൾ ഉറങ്ങുന്നതിന് മുൻപ് അയാളുടെ മനസ്സിലുള്ള അവസാനത്തെ ചിന്ത തന്നെയായിരിക്കും ഉണർന്നെഴുന്നേൽക്കുമ്പോഴും അയാളുടെ ആദ്യത്തെ ചിന്ത എന്ന് പറയപ്പെടുന്നു. ഒരുപക്ഷെ നമ്മളിൽ ഭൂരിപക്ഷവും ഉറക്കത്തിലേക്ക് പതിക്കുന്നത്, ഒരു ടെലിവിഷൻ സീരിയലിലെ പ്രതിബിംബങ്ങളും കഴിഞ്ഞുപോയ ദിവസത്തെക്കുറിച്ചുള്ള വേവലാതികളും അടുത്ത് വരാനിരിക്കുന്ന ദിവസത്തെക്കുറിച്ചുള്ള ആകാംക്ഷകളും എല്ലാംകൂടി കുഴഞ്ഞുമറിഞ്ഞ മനസ്സുകളുമായിട്ടായിരിക്കും. നമ്മളിൽ പലർക്കും ഉറക്കത്തിലേക്ക് കടക്കുവാൻ തന്നെ കഴിയാത്ത അത്രയും വിഷമങ്ങളുണ്ട്. പ്രദോഷത്തിലേക്ക് വേണ്ടി തെരഞ്ഞെടുത്തിട്ടുള്ള ഭാഗങ്ങൾ രാത്രി ഉറങ്ങുന്നതിനു മുമ്പായി വായിക്കുക.

പന്ത്രണ്ട് പുസ്തകങ്ങളുടെ ഈ പരമ്പര മുപ്പത്തിയൊന്ന് ദിവസങ്ങളുള്ള പന്ത്രണ്ട് മാസങ്ങളായി വിഭജിച്ചിരിക്കുന്നു. 'മാസം ഒന്ന്', കലണ്ടർ വർഷം തുടങ്ങുന്ന മാസം തന്നെ ആയിരിക്കണമെന്നില്ല; അത് നിങ്ങൾ വായിക്കാൻ തുടങ്ങുന്ന ആദ്യത്തെ മാസമാണ്. ഉദ്ധരണികൾ ക്രമത്തിൽ തന്നെയാണ് വായിക്കേണ്ടത്, ഏതെങ്കിലും ഒന്ന് തെരഞ്ഞെടുത്താൽ പോരാ. കാരണം ജീവിതത്തെക്കുറിച്ചുള്ള ധാരണ മാസംതോറുമാണ് ഓഷോ വികസിപ്പിച്ചു കൊണ്ടുവരുന്നത്.

ഓരോ ദിവസത്തിനും ഒരു പ്രത്യേക വിഷയതന്തു ഉണ്ടായിരിക്കുകയും പ്രഭാതത്തിലെയും പ്രദോഷത്തിലെയും മനനവിഷയങ്ങൾ പരസ്പരം പൂരകമാ

യിരിക്കുകയും ചെയ്യുന്ന വിധത്തിലാണ് പുസ്തകം രൂപകല്പന ചെയ്തിട്ടുള്ളത്.

പ്രഭാതമനനങ്ങൾക്ക് വേണ്ടി തെരഞ്ഞെടുക്കപ്പെട്ട ഉദ്ധരണികൾ ഉന്മേഷദായകവും ചിന്തോദ്ദീപകവുമാണ്- എല്ലായ്പ്പോഴും, വരാനിരിക്കുന്ന ദിവസത്തിലേക്കുള്ള ഒരു സമ്പൂർണവും സജീവവുമായ പങ്കാളിത്തം സാധ്യമാക്കുന്നത്. താരതമ്യേന നോക്കിയാൽ പ്രദോഷത്തിലേക്കായുള്ള ഓഷോയുടെ വാക്കുകൾ വായനക്കാരെ വിശ്രാന്തിയുടെ, വികസനത്തിന്റെ, വിലയനത്തിന്റെ, അസ്തിത്വത്തോട് പൊരുത്തപ്പെടുന്നതിന്റെ സാംഗത്യത്തെ ഓർമ്മപ്പെടുത്തുന്നു.

ഈ ഉദ്ധരണികൾ വായിക്കുന്നതു തന്നെ സ്വയമേവ ഒരു മനനരൂപമാണ്. ഓഷോ പറഞ്ഞിട്ടുള്ളതുപോലെ, ഒരു ഋഷിവചനം അംഗീകരിക്കപ്പെടുകയോ നിരാകരിക്കപ്പെടുകയോ ചെയ്യുമ്പോഴും, ഒരുതരത്തിലുമുള്ള സിദ്ധാന്തത്തിന്റെയും ഭാഗമല്ല അത്.വായനക്കാരോട് ഒരു അനുയായിയോ വിശ്വാസിയോ ആകുവാൻ അതാവശ്യപ്പെടുന്നില്ല. വാസ്തവത്തിൽ പ്രസക്തമായിട്ടുള്ളത് ആ വാക്കുകൾ പോലുമല്ല, മറിച്ച് ആ വാക്കുകൾ എന്തിനെയാണോ സംവഹിക്കുന്നത് അതാണ് പ്രസക്തമായിട്ടുള്ളത്.

അദ്ദേഹം വിശദീകരിക്കുന്നു: ‘‘വാക്കുകൾ (ഋഷിവര്യന്റെ വാക്കുകൾ) അവയ്ക്കു ചുറ്റും ഒരു നിശ്ശബ്ദതയെ സംവഹിക്കുന്നു. അദ്ദേഹത്തിന്റെ വാക്കുകൾ ശബ്ദായമാനമല്ല. അദ്ദേഹത്തിന്റെ വാക്കുകൾക്ക് ഒരു സ്വരമാധുര്യമുണ്ട്, ഒരു താളം, ഒരു സംഗീതം; അദ്ദേഹത്തിന്റെ വാക്കുകളുടെ അകക്കാമ്പിൽ തികഞ്ഞ നിശ്ശബ്ദതയാണുള്ളത്. നിങ്ങൾക്ക് ആ വാക്കുകളിലേക്ക് കടന്നുകയറി ചെല്ലാനാകുമെങ്കിൽ അനന്തമായ നിശ്ശബ്ദതയെ നിങ്ങൾ അഭിമുഖീകരിക്കാനിടവരും.’’

‘‘എന്നാൽ ഒരു ബുദ്ധന്റെ വാക്കുകളിലേക്ക് കടന്നു കയറി ചെല്ലുവാനുള്ള മാർഗ്ഗം അപഗ്രഥനമല്ല, വാദപ്രതിവാദവുമല്ല, ചർച്ചചെയ്യലുമല്ല. അതിനുള്ള

മാർഗ്ഗം അദ്ദേഹവുമായി ഒരു ഭാവലയത്തിൽ വീഴ ലാണ്, അദ്ദേഹവുമായുള്ള ഒരു സ്വരച്ചേർച്ചയിൽ, ഒരു ഭാവൈക്യത്തിൽ എത്തിച്ചേരലാണ്. ആ സ്വരച്ചേർച്ചയിൽ, ആ ഒന്നായിത്തീരലിൽ, ഒരുവൻ ഗുരുവചനങ്ങളുടെ ഉള്ളറയിലേക്ക് പ്രവേശിക്കുന്നു. അവിടെ നിങ്ങൾ ഒരു ശബ്ദവും, ഒരു സ്വരവും കേൾക്കുകയില്ല; അവിടെ നിങ്ങൾ കണ്ടെത്തുക തികഞ്ഞ നിശ്ശബ്ദതയായിരിക്കും. അത് തിരിച്ചറിയുക എന്നതാണ് ഗുരുവിനെ ഗ്രഹിക്കൽ.''

വാക്കിന്റെ അർത്ഥമല്ല പ്രധാനം, ഓർക്കുക, മറിച്ച് ആ വാക്കിലെ നിശ്ശബ്ദതയാണ്. ''ഞാൻ നിങ്ങളോട് പറയുന്ന കാര്യങ്ങൾ നിങ്ങളുടെ ജീവിതത്തിൽ ഒരു യാഥാർത്ഥ്യമായി തീർന്നുകൊണ്ടിരിക്കുകയാണെങ്കിൽ നിങ്ങൾ എന്റെ വാക്കുകളെ ഓർക്കുന്നുവോ ഇല്ലയോ എന്നുള്ളത് ആര് ഗൗനിക്കുന്നു? അത് ഓർക്കാതിരിക്കുന്നത് തികച്ചും ശരിതന്നെ; വാക്കുകളുടെ ഏതെങ്കിലും തരത്തിലുള്ള സ്മരണ ഒരു തടസ്സമായിരിക്കും. പരിശുദ്ധമായ അർത്ഥം മാത്രം നിങ്ങളുടെ സത്തയുടെ അത്യഗാധമായ കാമ്പിലേക്ക് വ്യാപിക്കട്ടെ, അവിടെ വാക്കുകൾക്ക് എത്തിച്ചേരാനാവില്ല, അവിടെ വാഗ്രഹിതമായ അർത്ഥത്തിന് മാത്രമേ പ്രവേശിക്കുവാൻ സാധ്യമാകു.''

വാസ്തവത്തിൽ, അദ്ദേഹത്തിന്റെ വാക്കുകൾ വായിക്കുക എന്നത് ഏതെങ്കിലും തരത്തിലുള്ള മനോ വ്യായാമത്തിലേർപ്പെടുക എന്നതിനേക്കാളേറെ സംഗീതം ശ്രവിക്കുന്നതിനോടാണ് സമാനമായിട്ടുള്ളത്. സംഗീതം ശ്രവിച്ചുകൊണ്ടിരിക്കൽ- അല്ലെങ്കിൽ വീഞ്ഞ് നുണഞ്ഞുകൊണ്ടിരിക്കൽ: ഒന്ന് മൊത്തുക, മണപ്പിച്ചു നോക്കുക. ആ സ്വാദ് നിങ്ങളുടെ ആദ്ധ്യാത്മിക രുചി മണ്ഡലത്തെ തൊട്ടുണർത്താൻ അനുവദിക്കുക.

പ്രേം മനീഷ

ഓഷോ ധ്യാനോത്സവം

മാസം ഒന്ന്

പ്രഭാത ചിന്താവിഷയം

മനുഷ്യൻ മഹാസിദ്ധി വിശേഷത്തിന്റെ
ബീജമാകുന്നു

പ്രദോഷ ചിന്താവിഷയം

ഒരു അവബോധത്തിന്റെ
കൊളംബസ് ആയിരിക്കുക

പ്രഭാതമനനം

മനുഷ്യൻ ഭൂമിയിൽ നിരങ്ങുവാൻ വേണ്ടി ഉദ്ദേശിക്കപ്പെട്ടതല്ല. അവന് ആത്യന്തികതയിലേയ്ക്ക് പറന്നുയരുവാനുള്ള പ്രാപ്തിയുണ്ട്.

പ്രദോഷമനനം

ഈ ലോകം ഏറെ പീഡനം അനുഭവിക്കുന്നുണ്ട്, കാരണം മനുഷ്യാവബോധത്തിന്റെ ചരിത്രത്തിൽ ആദ്യമായി മനുഷ്യൻ അസ്തിത്വത്തിൽ വഴിമുട്ടി നിൽക്കുന്നു. നമ്മെപ്പോലെ മറ്റാരും ഇതുവരെ ഇത്രയും പീഡനം അനുഭവിച്ചിട്ടില്ല. ഭൂതകാലത്ത് ആളുകൾ ദരിദ്രരായിരുന്നിട്ടുണ്ട്, അതീവ ദരിദ്രർ. ആളുകൾ പട്ടിണി കിടന്നിട്ടുണ്ട്. എങ്കിലും അവരൊന്നും ഒരിക്കലും ആത്മീയമായി ഇത്രയും ദരിദ്രരായിരുന്നിട്ടില്ല. ആളുകൾ ഒരിക്കലും ഇന്നത്തേതുപോലെ ഇത്രയും ആത്മീയമായ പട്ടിണി അനുഭവിച്ചിട്ടില്ല. എന്റെ മുഴുവൻ പ്രവർത്തനവും നിങ്ങൾക്ക് അസ്തിത്വത്തിലേക്കുള്ള ഒരു ഉൾക്കാഴ്ച നൽകുന്നതിനു വേണ്ടിയാണ്. മനുഷ്യൻ വീണ്ടും അസ്തിത്വത്തിൽ വേരുറച്ചവനായി തീരാത്തിടത്തോളം അവന് ഒരു ഭാവിയുമില്ല.

2

പ്രഭാതമനനം

ഓരോ യുഗത്തിനും ഒരു പുതിയതരം ആത്മീയത ആവശ്യമുണ്ട്. കാരണം ഓരോ യുഗവും മറ്റേതൊരു യുഗത്തിൽ നിന്നും വ്യത്യസ്തമാണ്. അതിനാൽ ദൂതന്മാർ വന്നുകൊണ്ടേയിരിക്കുന്നു. ഒരു ദൂതൻ നിത്യമായ സത്യത്തെ സമകാലീന മനുഷ്യനുവേണ്ടി ഭാഷാന്തരപ്പെടുത്തുന്നവനല്ലാതെ മറ്റാരുമല്ല. അബ്രഹാം ആ മഹാദൈവദൂതന്മാരിൽ ഒരാളാകുന്നു. അബ്രഹാമുമായി ബന്ധപ്പെട്ടിരിക്കുന്നത് നല്ലതു തന്നെ, എന്നാൽ ഓർക്കുക: ഇപ്പോൾ അബ്രഹാമിനും ഒരു പുതിയ ജന്മം ആവശ്യമുണ്ട്.

പ്രദോഷമനനം

മനുഷ്യന് ഒരു പ്രണയഗീതമായിത്തീരുവാനുള്ള, ഒരു പ്രണയനൃത്തമായിത്തീരുവാനുള്ള ശേഷിയുണ്ട്. എന്നാൽ അപൂർവ്വം ചിലർ മാത്രമേ, അപൂർവ്വരായ ചില ആളുകൾ മാത്രമേ തങ്ങളുടെ ശേഷിയെ വാസ്തവികമാക്കി പരിവർത്തിപ്പിക്കുന്നുള്ളു. അവർ ജനിക്കുന്നത് ബീജങ്ങളായിട്ടാണ്. ഏതാണ്ടെല്ലാവരും ബീജങ്ങളായിത്തന്നെ മരിക്കുന്നു. അവരുടെ ജീവിതം ഒരു നീണ്ട, നിഷ്ഫലമായ, പരീക്ഷണം മാത്രമായി നിലകൊള്ളുന്നു. എന്റെ നിരീക്ഷണം ഇതാണ്; ആളു

കൾ ക്ഷേത്രങ്ങളിലും സിനഗോഗുകളിലും പള്ളികളിലും പോകുന്നത്, ഭയം കൊണ്ടുമാത്രമാണ്, പ്രേമം മൂലമല്ല. അതേ, വൃദ്ധരായ ആളുകളാണ് കൂടുതലും പോകുന്നത്, കാരണം അവർ കൂടുതൽ മരണഭയമുള്ളവരായിത്തീർന്നിരിക്കുന്നു. അവർ പള്ളിയിലേക്കോ അമ്പലത്തിലേക്കോ പോകുന്നത് ജീവിതത്തിൽ അതീവമൂല്യവത്തായ ചിലത് അവരറിഞ്ഞു കഴിഞ്ഞതു കൊണ്ടല്ല, മറിച്ച് ജീവിതം അവരുടെ കൈകളിൽ നിന്ന് വഴുതിക്കൊണ്ടിരിക്കുകയും മരണത്തിന്റെ മഹാന്ധകാരം അടുത്തെത്തിക്കൊണ്ടിരിക്കുകയും ചെയ്യുന്നതിനാൽ അവർ ഭയചകിതരായിരിക്കുന്നു എന്നതുമൂലമാണ്. തങ്ങളെ സംരക്ഷിക്കുവാനായി അവർക്ക് ഒരുവനെ ആവശ്യമുണ്ട്. ഇപ്പോൾ അവർ അറിയുന്നു, അവരുടെ പണം അവരോടൊപ്പമുണ്ടാകുവാൻ പോകുന്നില്ല, അവരുടെ കൂട്ടുകാർ അവരോടൊപ്പമുണ്ടാകുവാൻ പോകുന്നില്ല, അവരുടെ കുടുംബങ്ങൾ അവരെ വിട്ടുപോകും എന്ന്. ഇച്ഛാഭംഗത്താൽ അവർ ദൈവം എന്ന ആശയത്തിൽ അള്ളിപ്പിടിക്കാൻ തുടങ്ങുന്നു. എന്നാൽ ഇത് പ്രേമം മൂലമല്ല, കൃതജ്ഞത മൂലവുമല്ല. കൂടാതെ ഭയത്തിൽ നിന്ന് ഉടലെടുക്കുന്ന ഒരു ദൈവം തെറ്റായ ദൈവമാകുന്നു. എന്റെ ഇവിടത്തെ മുഴുവൻ പരിശ്രമവും നിങ്ങൾക്ക് അസ്തിത്വത്തിലേയ്ക്കുള്ള വാതായനങ്ങൾ ലഭ്യമാക്കുകയും അതുവഴി നിങ്ങൾ ഭയംമൂലം ദൈവത്തിലേയ്ക്ക് പോകാതിരിക്കുവാനും, പകരം സൗന്ദര്യാനുഭവത്തിലൂടെ, സൃഷ്ട്യുന്മുഖാനുഭവത്തിലൂടെ, പ്രേമാനുഭവത്തിലൂടെ കടന്നു പോകുവാനും സാധ്യമാക്കിത്തീർക്കുക എന്നതാണ്. ഒരു വ്യക്തി ഈ അനുഭവങ്ങളിലൂടെ കടന്നുപോകുമ്പോൾ, ആ ബന്ധം അതിമഹത്തരമാണ്, പരിവർത്തനാത്മകമാണ്. അസ്തിത്വവുമായുള്ള ഒരൊറ്റ ജീവസുറ്റ ബന്ധം മാത്രം മതിയാകും - നിങ്ങൾ പിന്നീട് ഒരിക്കലും മുമ്പത്തേതു പോലെയായിരിക്കുകയില്ല.

പ്രഭാതമനനം

ചരിത്രത്തിലാകെ, ആധുനിക മനുഷ്യൻ മാത്രമാണ് ദൈവികതയെക്കുറിച്ച് യാതൊരു ആശയവുമില്ലാത്ത, വെറും നിസ്സാരമായൊരു ജീവിതം നയിക്കുന്ന ആദ്യത്തെ മനുഷ്യൻ. അയാളുടെ താൽപ്പര്യം പണത്തിലും പ്രതാപത്തിലും അധികാരത്തിലുമൊക്കെയാണ്; അത് എല്ലാമാണെന്ന് അയാൾ വിചാരിക്കുകയും ചെയ്യുന്നു. ഇത് വല്ലാത്തൊരു മണ്ടൻ സ്ഥിതിവിശേഷമാണ്.

അവന്റെ ജീവിതത്തിന് ചുറ്റും കൊച്ചു കൊച്ചു കാര്യങ്ങളാണ്, തീരെ ചെറിയ കാര്യങ്ങൾ. അവന് അവനേക്കാൾ വലിയ യാതൊന്നിനെക്കുറിച്ചും ഒരു ആശയവുമില്ല. അവൻ ദൈവത്തെ നിരാകരിച്ചിരിക്കുന്നു, ദൈവം മരിച്ചുവെന്നു അവൻ പറഞ്ഞുകഴിഞ്ഞു. മരണാനന്തരജീവിതം അവൻ നിരാകരിച്ചു കഴിഞ്ഞു. ആന്തരികമായ ജീവിതത്തെ അവൻ നിരാകരിച്ചു കഴിഞ്ഞു. കേന്ദ്രത്തെ നിരാകരിക്കുന്നതിൽ മാത്രമാണ് അവൻ വിശ്വസിക്കുന്നത്; അതിനാൽ നാം ചുറ്റും കാണുന്നത് അത്രമാത്രം വിരസതയാണ്. ഇത് സ്വാഭാവികം തന്നെ. കാരണം നിങ്ങളേക്കാൾ വലുതായ വല്ലതിനോടും നിങ്ങളെ സ്വയം ബന്ധപ്പെടുത്താത്തിടത്തോളം നിങ്ങളുടെ ജീവിതം ഭാരമേറിയതും അരസികവുമായിരിക്കും. ജീവിതം ഒരു നൃത്തമായിത്തീരുന്നത് അതൊരു സാഹസമാകുമ്പോൾ മാത്രമാണ്. അതിന് ഒരു സാഹസമായിത്തീരുവാൻ കഴിയുന്നത് നേടുവാൻ, എത്തിച്ചേരുവാൻ നിങ്ങളേക്കാൾ ഉന്നതമായ ചിലത് ഉണ്ടായിരിക്കുമ്പോൾ മാത്രമാണുതാനും.

ദൈവികത എന്നാൽ, കേവലം ലക്ഷ്യം നാം അല്ല, നാം ഒരു കടന്നുപോകൽ മാത്രമാണ് എന്നാണർത്ഥം.

അതായത് മുഴുവൻ കാര്യങ്ങളും സംഭവിച്ചു കഴിഞ്ഞി ട്ടില്ല, ഇനിയും ഏറെ സംഭവിക്കാനിരിക്കുന്നു എന്ന ർത്ഥം. വിത്ത് ഒരു മുകുളമായി തീരേണ്ടിയിരിക്കുന്നു, ആ മുകുളം ഒരു വൃക്ഷമായിത്തീരേണ്ടിയിരിക്കുന്നു, ആ വൃക്ഷം വസന്തത്തെ കാത്തിരിക്കുകയും, ആയിര മായിരം പുഷ്പങ്ങളിലേയ്ക്ക് വിസ്ഫോടനം ചെയ്യു കയും അതിന്റെ ആത്മാവിനെ പ്രപഞ്ചത്തിലേയ്ക്ക് തുറന്നു വിടുകയും ചെയ്യേണ്ടിയിരിക്കുന്നു. അപ്പോൾ മാത്രമേ സാഫല്യം ഉണ്ടാവുകയുള്ളു.

ആ ദൈവികത അതിവിദൂരവുമല്ല. നാം അതി നെക്കുറിച്ച് ആരായുവാൻ തുടങ്ങുക മാത്രമേ വേണ്ടൂ. തുടക്കത്തിൽ നാം ഇരുട്ടിൽ തപ്പുകയായിരിക്കും, തീർച്ചയായും. എന്നാൽ താമസംവിനാ കാര്യങ്ങൾ സ്വരച്ചേർച്ചയിൽ വീഴുവാൻ തുടങ്ങുന്നു. താമസി യാതെ നമുക്ക് അതീതത്തിന്റെ ക്ഷണികദർശനങ്ങൾ ഉണ്ടാകുവാൻ തുടങ്ങുന്നു. കേട്ടിട്ടില്ലാത്ത ചില സംഗീ തം നമ്മുടെ ഹൃദയങ്ങളിലേയ്ക്ക് എത്തിച്ചേരാൻ തുടങ്ങുന്നു. അതു നമ്മുടെ സത്തയെ കുലുക്കുന്നു. അത് നമുക്ക് ഒരു പുതുവർണ്ണം, ഒരു പുതിയ ആഘോ ഷം, ഒരു പുത്തൻ ജീവിതം, നൽകുവാൻ തുടങ്ങുന്നു.

പ്രദോഷമനനം

മഹത്തായ വെല്ലുവിളികളോടൊപ്പം മാത്രമേ ഒരുവൻ ഉദ്ഗ്രഥിതനായിത്തീരുന്നുള്ളൂ, ഒരുവന്റെ ജൈവോർജ്ജങ്ങൾ ഘനീഭവിക്കപ്പെടുന്നുള്ളൂ. ഒരിക്കലും മതത്തെ ഭയവുമായി കൂട്ടിയോജിപ്പിക്കുവാൻ ശ്രമിക്കരുതെന്നോർക്കുക, അതിനെ നിർഭയത്വവുമായി, ധീരതയുമായി ബന്ധപ്പെടുത്തുക. നിർണയിക്കപ്പെട്ടിട്ടില്ലാത്ത ശൈലികളിലേയ്ക്ക് നീങ്ങുവാൻ നിങ്ങളെ സഹായിക്കുവാൻ കഴിയുന്നത്ര ധീരതയുമായി അതിനെ കൂട്ടിയിണക്കുക. അത് കാറ്റും കോളുമുള്ള കടലിലേയ്ക്ക് യാതൊരു ഭൂപടവുമില്ലാതെ, മറുകരയെക്കുറിച്ച് യാതൊന്നുമറിഞ്ഞുകൂടാതെ, ഒരു കൊച്ചു തോണിയിൽ ഇറങ്ങിത്തിരിക്കുന്നതുപോലെയാണ്. കൊളംബസ്സിനെപ്പോലെ സഞ്ചരിക്കലാണ് - കേവലം ഭൂമി ഉരുണ്ടതാണെന്ന ഊഹത്തിൽ മാത്രം, എവിടെയെങ്കിലും എത്തിച്ചേരാതിരിക്കുകയില്ല എന്ന പ്രതീക്ഷയിൽ മാത്രം ഇറങ്ങിത്തിരിക്കുക. ഒരുവൻ അവബോധത്തിന്റെ ഒരു കൊളംബസ്സ് ആയിരിക്കേണ്ടതുണ്ട്.

പ്രഭാതമനനം

നമ്മൾ അപരിചിതരല്ല, അന്യന്മാരല്ല. നമ്മൾ അസ്തിത്വത്തിന്റെ ഭാഗമാണ്. ഇത് നമ്മുടെ ഭവനമാണ്. നമ്മളിവിടെ യാദൃച്ഛികമായി എത്തിപ്പെട്ടവരല്ല. നമ്മൾ ഇവിടെ വന്നിരിക്കുന്നത് നമ്മളെ ആവശ്യമുള്ളതു കൊണ്ടാണ്. നമ്മൾ ഇവിടെ എത്തിയിരിക്കുന്നതിനു കാരണം, ഒന്നാമതായി, നമ്മൾ ഇവിടെ ഉണ്ടായിരിക്കണമെന്ന് ദൈവം ഇച്ഛിക്കുന്നതുതന്നെയാണ്. അതു അവന്റെ ഇച്ഛയാണ്. അതിനാൽ ആരും ഒറ്റപ്പെട്ടതായി കരുതേണ്ടതില്ല. ഇന്ന് മാനവരാശി അഭിമുഖീകരിച്ചുകൊണ്ടിരിക്കുന്ന ഏറ്റവും അടിസ്ഥാനപരമായ പ്രശ്നങ്ങളിലൊന്നാണിത്. ലോകമാസകലമുള്ള ധിഷണാശാലികളായ ആളുകൾ ഏറെ വേവലാതിപൂണ്ടിരിക്കുന്നു, അവർ അലോസരപ്പെട്ടു കൊണ്ടിരിക്കുന്നു, ഉത്ക്കണ്ഠാകുലരായിരിക്കുന്നു-നാം എന്തിനുവേണ്ടിയാണ് ഇവിടെ വർത്തിക്കുന്നത്?

ശാസ്ത്രം പറയുന്നു: അത് യാദൃശ്ചികമെന്നു തോന്നുന്നു, നമ്മൾ ആകസ്മികരാണെന്നു തോന്നുന്നു. നാം ആകസ്മികരാണെങ്കിൽ നമ്മെക്കൊണ്ട് ഒരു പ്രയോജനവുമില്ല. അപ്പോൾ നമ്മൾ ഉണ്ടെങ്കിലും ഇല്ലെങ്കിലും ഒരു വ്യത്യാസവും വരുന്നില്ല. അത് ഒരു വ്യത്യാസവും വരുത്തുന്നില്ലെങ്കിൽ പിന്നെ നമ്മുടെ ജീവിതത്തിന് എല്ലാ അർത്ഥവും നഷ്ടമാകുന്നു; അതിനാൽ ലോകം മുഴുവനും നിരർത്ഥകതയുടെ ഒരു കാലാവസ്ഥയാണുള്ളത്. ദൈവമെന്നാൽ കേവലം 'അർത്ഥം' അല്ലാതെ മറ്റൊന്നുമല്ല. ജീവിതം അർത്ഥപൂർണ്ണമാണ് - അതാണ് ദൈവം എന്നതിന്റെ ആകപ്പാടെയുള്ള അർത്ഥം.

എന്നെ സംബന്ധിച്ച് ദൈവം ഒരു വ്യക്തിയല്ല. അത് അസ്തിത്വത്തിന്റെ അർത്ഥപൂർണ്ണതയാകുന്നു. അത് ഒരു വ്യക്തി എന്നതിലേറെ ഒരു സാന്നിധ്യ

മാണ്. ആകെക്കൂടി ആവശ്യമുള്ളത്, നിങ്ങളിൽ തന്നെ ഒരു ശൂന്യത സൃഷ്ടിക്കുകയാണ് – ദൈവത്തെ അന്വേഷിക്കുക എന്നതല്ല. നിങ്ങൾ ശൂന്യമാകുന്ന നിമിഷം അതീതത്തിൽ നിന്ന് എന്തോ ഒന്ന് നിങ്ങളിലേയ്ക്ക് തുളച്ചു കയറുന്നു, അത് നിങ്ങളിലെ ശൂന്യതയെ നിറയ്ക്കുന്നു. തികച്ചും പുത്തനായ, നിങ്ങൾ ഒരിക്കലും രുചിച്ചിട്ടില്ലാത്ത, മുമ്പൊരിക്കലും അറിഞ്ഞിട്ടില്ലാത്ത എന്തോ ഒന്നിനോടൊപ്പം നിങ്ങൾ ഒഴുകി തുടങ്ങുന്നു. അത് അത്ര വലിയ ഒരു അനുഗ്രഹമാണ്, ആശീർവാദമാണ്. ആ നിമിഷം മുതൽ ജനനമില്ല, മരണമില്ല, നിങ്ങളും കാലാതീതമാകുന്നു എന്നു നിങ്ങൾ അറിയുന്നു; അത് അത്രമാത്രം ആനന്ദഹർഷമാകുന്നു. ആ നിമിഷം മുതൽ നിങ്ങൾ അറിയുന്നു, ദൈവികത എന്നു വിളിക്കപ്പെടുന്ന അപാരമായ ഊർജ്ജത്തിന്റെ ഒരു ഭാഗമാണ് നിങ്ങളും എന്ന്. ദൈവികത സാമുദ്രികമായ ഒരു ഊർജ്ജം പോലെയാണ്. നാം കേവലം അതിനകത്തെ തരംഗങ്ങൾ മാത്രം.

പ്രദോഷമനനം

എന്റെ നിർദ്ദേശം ഇതാണ്: നേരിട്ട് ദൈവത്തെ അന്വേഷിക്കുകയല്ല വേണ്ടത്, പ്രേമത്തെ ആരായുവാൻ തുടങ്ങുക, കാരണം നിങ്ങൾ ഒരു ദൈവത്തെ നേരിട്ട് ആരായുകയാണെങ്കിൽ, നിങ്ങളുടെ ദൈവം നിങ്ങളുടെ വെറും ഭാവന മാത്രമായിരിക്കും. അത് ഒരു ഹിന്ദുദൈവമോ, ഒരു മുഹമ്മദീയദൈവമോ, ഒരു ക്രൈസ്തവദൈവമോ.... ആയിരിക്കും. അത് ഒരു സത്യമായ ദൈവം ആയിരിക്കുകയില്ല. പ്രേമം വഴി അന്വേഷിക്കുക, കാരണം പ്രേമത്തെ സംബന്ധിച്ചിടത്തോളം ഒരു കാര്യം അതിമനോഹരമാണ് - അത് ദൈവത്തെ സംബന്ധിച്ച് അങ്ങനെയല്ലതാനും- പ്രേമം ക്രൈസ്തവമോ, ഹൈന്ദവമോ, മുഹമ്മദീയമോ ഒന്നുമല്ല.... പ്രേമം കേവലം പ്രേമം മാത്രമാകുന്നു, അതിനോടനുബന്ധിച്ച് യാതൊരു വിശേഷണവും ഇല്ലതന്നെ. അത് പ്രേമത്തെ സംബന്ധിച്ചുള്ള അങ്ങേയറ്റം മനോഹരമായിട്ടുള്ള കാര്യമാണ്. മനുഷ്യരാശി ദൈവത്തെ അന്വേഷിക്കുന്നതിനുപകരം പ്രേമത്തെ അന്വേഷിക്കുവാൻ തുടങ്ങുകയാണെങ്കിൽ, നമുക്ക് മാനവികതയുടെ മഹത്തായൊരു സാഹോദര്യം അനായാസം സൃഷ്ടിക്കുവാൻ സാധിക്കും.

പ്രഭാതമനനം

നമുക്ക് ഒന്നും നഷ്ടപ്പെട്ടിട്ടില്ല. ദൈവത്തെ നഷ്ടപ്പെട്ടിട്ടില്ല, അതിനാൽ കണ്ടുപിടിക്കപ്പെടേണ്ടതുമില്ല, നാം മറന്നുപോയതു മാത്രമാണ്; അത് ഒരു സ്മരണ പുതുക്കലിന്റെ പ്രശ്നം മാത്രമാണ്. അത് നമ്മുടെ സത്തയുടെ അഗാധമായ അകക്കാമ്പിൽത്തന്നെയുണ്ട്. അതിനെ സത്യം എന്നോ, ദൈവം എന്നോ, സൗന്ദര്യം എന്നോ, പരമാനന്ദം എന്നോ, എന്തു വേണമെങ്കിലും വിളിച്ചു കൊള്ളുക; അവയെല്ലാം ചൂണ്ടിക്കാണിക്കുന്നത് ഒരേ പ്രതിഭാസത്തെ തന്നെയാണ്. നമ്മുടെ സത്തകളിൽ നിത്യമായ എന്തോ ഒന്ന്, അനശ്വരമായ എന്തോ ഒന്ന്, ദൈവികമായ എന്തോ ഒന്ന് ഉണ്ട്.

നാം ചെയ്യേണ്ടത് ഇത്രമാത്രം: നമ്മുടെ സ്വന്തം സത്തയുടെ ആഴത്തിലേക്ക് പോവുക, മുങ്ങിത്താഴുക, കാണുക, തിരിച്ചറിയുക, സാക്ഷാൽക്കരിക്കുക. അതുകൊണ്ട് ആ യാത്ര വാസ്തവത്തിൽ ഒരു യാത്രയല്ല. നാം എങ്ങോട്ടും പോകേണ്ടതില്ല; നാം കേവലം നിശ്ശബ്ദമായി ഇരിക്കുക, അങ്ങനെ വർത്തിക്കുക.

പ്രദോഷമനനം

നിങ്ങൾ 'ദൈവം' എന്നു പറയുമ്പോഴൊക്കെയും, അത് വിദൂരമായ ഒരു കാര്യത്തെയാണ് സൂചിപ്പിക്കുന്നത്. നൂറ്റാണ്ടുകളായി അവർ പറഞ്ഞുകൊണ്ടിരിക്കുന്നത് അതാണ്, അതായത് ദൈവം മുകളിൽ എവിടെയോ-ആകാശത്ത്, അതിവിദൂരതയിൽ എവിടെയോ-ആണെന്ന്. എന്നാൽ നിങ്ങൾ 'പ്രേമം' എന്നു പറയുമ്പോൾ അത് നിങ്ങളുടെ ഹൃദയത്തിന് വളരെ അടുത്തുതന്നെയാണ്. ആ പുരോഹിതന്മാർ എല്ലാവരും കൗശലക്കാരും കുനിഷ്ഠരുമാണ്. ദൈവം വളരെ അകലെയാണെന്ന് തെളിയിക്കുവാൻ വേണ്ടി അവർ ശ്രമിച്ചുകൊണ്ടേയിരിക്കുന്നു, കാരണം ദൈവം അതിവിദൂരത്തിൽ ആണെങ്കിൽ, അപ്പോൾ മാത്രമേ അവർക്ക് ദൈവത്തിന്റെ പ്രതിനിധികൾ, മധ്യവർത്തികൾ, ഏജന്റുമാർ ആയി പ്രവർത്തിക്കുവാൻ കഴിയൂ. 'ദൈവം' എന്ന വാക്ക് ഉപയോഗിക്കുമ്പോൾ തന്നെ അത് ഒരു വ്യക്തി എന്ന ഒരു ആശയം നിങ്ങൾക്ക് നൽകുന്നു. ദൈവം പരിമിതമായിത്തീരുന്നു, നിർവ്വചിതമായിത്തീരുന്നു. എന്നാൽ പ്രേമം ഒരു വ്യക്തിയല്ല, അത് ഒരു ഗുണവിശേഷമാണ്, ഒരു സാന്നിധ്യം. അതൊരു പുഷ്പമെന്നതിന് പകരം ഒരു സൗരഭ്യമാണ് - കൂടുതൽ അപരിമിതം, കൂടുതൽ അതിരില്ലാത്തത്, കൂടുതൽ അനന്തം. നിങ്ങൾ 'ദൈവം' എന്നുപറയുമ്പോൾ, നിങ്ങൾക്ക് കേവലം കെല്പില്ലായ്മ അനുഭവപ്പെടുന്നു - "എന്താണ് ചെയ്യേണ്ടത്?" എന്നാൽ പ്രേമമുണ്ടെങ്കിൽ അതിനെക്കുറിച്ച് നിങ്ങൾക്ക് എന്തെങ്കിലും ചെയ്യാൻ കഴിയും. സ്നേഹസമ്പന്നനായിരിക്കുക എന്നത് നിങ്ങളുടെ ഉള്ളിന്റെ ഉള്ളിലെ പ്രകൃതമാണ്. അതുകൊണ്ടാണ് എന്റെ പ്രശിക്ഷണം മുഴുവനും 'പ്രേമം' എന്ന വാക്കിന് ചുറ്റും കറങ്ങുന്നത്. യേശു പറയുന്നു, "ദൈവം പ്രേമമാകുന്നു." ഞാൻ പറയുന്നു, "പ്രേമം ദൈവമാകുന്നു."

പ്രഭാതമനനം

നിങ്ങളിൽനിന്ന് നിങ്ങൾ ഒഴിഞ്ഞിരിക്കുന്ന നിമിഷം, നിങ്ങൾ ദൈവത്താൽ നിറയപ്പെടുന്നു. രണ്ടിനും ഒരുമിച്ച് നിലനിൽക്കാനാവില്ല, ഓർത്തുകൊള്ളുക. വീണ്ടും വീണ്ടും ഓർത്തുകൊള്ളുക: രണ്ടിനും ഒരുമിച്ച് നിലനിൽക്കുവാൻ സാധ്യമല്ല: ഒന്നുകിൽ നിങ്ങൾ അല്ലെങ്കിൽ ദൈവം. അപ്പോൾ തന്നെത്തന്നെ തെരഞ്ഞെടുക്കുന്നത് വെറും മണ്ടത്തരമാണ്. ദൈവത്തെ തെരഞ്ഞെടുക്കുക; ഒരു അഹംബോധമെന്ന നിലയിൽ സ്വയം അപ്രത്യക്ഷനാവുക. അസ്തിത്വത്തിൽ നിന്ന് വേറിട്ട ഒരു ഉൺമ എന്ന നിലയിൽ സ്വയം വിസ്മരിക്കുക. ആ അപ്രത്യക്ഷമാകലിൽ തന്നെ നിങ്ങൾ പുനർജ്ജനിക്കുകയും ചെയ്യുന്നു.

അത് ഒരു തികഞ്ഞ വിരോധാഭാസകരമായ അവസ്ഥയാണ്; നിങ്ങളിൽ നിന്ന് നിങ്ങൾ സ്വയം ഒഴിഞ്ഞുപോകുന്ന നിമിഷം നിങ്ങൾ നിറഞ്ഞവൻ ആയിത്തീരുന്നു, ആദ്യമായി നിറഞ്ഞവനായിത്തീരുന്നു. നിറഞ്ഞു കവിഞ്ഞ് ഒഴുകുന്ന വിധത്തിൽ നിറഞ്ഞത്.

അഹംബോധമാകട്ടെ കേവലം ഒരു നിഴൽ മാത്രമാണ്, അതിനകത്ത് വസ്തുനിഷ്ഠതയൊന്നുമില്ല. അതൊരു സ്വപ്നമാണ്, വാസ്തവികതയല്ല. ആ നിഴലിനെ വിട്ടുകളയുക, അങ്ങനെ നിങ്ങൾക്ക് ആ വസ്തുനിഷ്ഠതയെ നേടാൻ കഴിയും. യാഥാർത്ഥ്യത്തെ നേടുന്നതിന് വേണ്ടി കപടമായതിനെ ഉപേക്ഷിക്കുക. ഞാൻ ഇവിടെ പഠിപ്പിക്കുന്നതത്രയും എങ്ങനെ തന്നിൽ നിന്ന് സ്വയം ഒഴിഞ്ഞു കൊണ്ട് ദൈവത്താൽ നിറയപ്പെടാൻ കഴിയും എന്നുള്ളതിനെക്കുറിച്ചാണ്. ആ നിറയപ്പെടൽ തന്നെയാണ് നിറവേറൽ.

പ്രദോഷമനനം

പ്രേമസമ്പന്നനായ ഒരു മനുഷ്യന് സമ്പൂർണ്ണമായി ജീവിക്കുന്നതെങ്ങനെ എന്നറിയാം, കാരണം അയാൾ ജീവിക്കുന്നത് സമഗ്രമായിട്ടാണ്. അയാളുടെ ശരീരം നിറയെ സ്നേഹമാണ്; അയാളുടെ ശരീരകോശങ്ങൾ പ്രണയത്താൽ നൃത്തം ചെയ്യുന്നു; അയാളുടെ മനസ്സ് നിറയെ സ്നേഹമാണ് - യുക്തിയല്ല. അയാളുടെ ഹൃദയം നിറയെ സ്നേഹമാണ് - അയാളുടെ ഹൃദയം എന്നത് കേവലം ഒരു രക്തശുദ്ധീകരണസാമഗ്രി മാത്രമല്ല, ഒരു ശ്വാസോച്ഛ്വാസവ്യവസ്ഥ മാത്രമല്ല. അയാൾ പ്രേമം ശ്വസിക്കുകയും പ്രേമം ഉച്ഛ്വസിക്കുകയും ചെയ്യുന്നു. അയാളുടെ ആത്മാവ് തന്നെ പരിശുദ്ധപ്രേമമല്ലാതെ മറ്റൊന്നുമല്ല, ഒരു പ്രണയ സമുദ്രം. അത്തരം ഒരു വ്യക്തി അസ്തിത്വത്തെ കണ്ടെത്താതിരിക്കാൻ തരമില്ല. അത്തരമൊരു വ്യക്തിയിൽ നിന്ന് അസ്തിത്വം എവിടെ ഒളിച്ചിരിക്കാൻ? മാത്രമല്ല, വാസ്തവത്തിൽ അത്തരമൊരു വ്യക്തി അസ്തിത്വത്തെ അന്വേഷിച്ചു പോകേണ്ടതില്ല, അസ്തിത്വം അയാളെ അന്വേഷിച്ചു വരുന്നു. അതാണ് അതിന്റെ സൗന്ദര്യവും: അസ്തിത്വം നിങ്ങളെ അന്വേഷിച്ചുകൊണ്ട് നിങ്ങളെ തേടിവരുമ്പോൾ.

പ്രഭാതമനനം

നമ്മളെ പഠിപ്പിച്ചിരിക്കുന്നത് അസ്തിത്വത്തിന്റെ ശത്രുക്കളായിരിക്കുവാനാണ്, ജീവിതനിഷേധികളായ തത്വസംഹിതകളാണ് നമ്മെ പഠിപ്പിച്ചു പോന്നിട്ടുള്ളത്. അതാകട്ടെ അത്രയും നീണ്ടകാലമായി അവർ ചെയ്തു കൊണ്ടിരിക്കുന്നു. അതിനാൽ അത് നമ്മുടെ രക്തത്തിന്റെയും മജ്ജയുടെയും മാംസത്തിന്റെയും ഭാഗമായിത്തീർന്നിരിക്കുന്നു. നാം ജീവിതത്തെ സ്നേഹിക്കുന്നില്ല, നാം അതിനെ വെറുക്കുന്നു. മതങ്ങൾ എന്ന് വിളിക്കപ്പെട്ടുപോരുന്നവ ജനങ്ങളെ പഠിപ്പിച്ചുകൊണ്ടിരിക്കുന്നത് ജീവിതം ഒരു ശിക്ഷയാണെന്നാണ്, നിങ്ങൾ ആദിപാപം മൂലം ശിക്ഷിക്കപ്പെട്ടവരാണ്.

ജീവിതം ഒരു ശിക്ഷയല്ല. അത് ഒരു അനുഗ്രഹമാണ്, അത് ഒരു വരദാനമാകുന്നു. അതിനെ സമ്പൂർണ്ണമായി സൗഹൃദപ്പെടുത്തുക. നിങ്ങൾ അതിനെ സൗഹൃദപ്പെടുത്തുന്ന നിമിഷം, അത് എത്രമേൽ മനോഹരമാണ്, എത്രമേൽ കാവ്യാത്മകമാണ്, എത്രമേൽ സംഗീതസാന്ദ്രമാണ് എന്നറിഞ്ഞ് നിങ്ങൾ അതിശയപ്പെടും. നിങ്ങളുടെ നിഷേധിക്കലിന്റെ ആശയം അപ്രത്യക്ഷമായി കഴിയുകയും ധനാത്മകമായ ചിലത് നിങ്ങളുടെ ഉള്ളിൽ അടിഞ്ഞുകൂടുകയും ചെയ്യുമ്പോൾ രഹസ്യമായ ഒരു കവാടം തുറക്കപ്പെടുന്നു, ജീവിതം അതിന്റെ നിഗൂഢതകൾ നിങ്ങൾക്ക് വെളിപ്പെടുത്തിത്തരുവാൻ തുടങ്ങുകയും ചെയ്യുന്നു. ആ നിഗൂഢതകൾ സുഹൃത്തുക്കൾക്ക് മുന്നിൽ മാത്രമേ വെളിപ്പെടുത്തുവാൻ സാധിക്കുകയുള്ളൂ. അവ വല്ലവരുടെയും മുന്നിൽ വെളിപ്പെടുത്തുവാൻ സാധ്യമല്ല, അത് പൊതുവായി വെളിപ്പെടുത്തപ്പെടുകയില്ല. നിങ്ങൾ ജീവിതവുമായി അത്യഗാധമായ ഒരു സുഹൃദ്ബന്ധത്തിലായിരിക്കുമ്പോൾ മാത്രമാണ് ജീവിതം അതിന്റെ ഹൃദയം നിങ്ങൾക്ക് മുന്നിൽ തുറക്കുന്നത്. ആ തുറക്കലിൽ തന്നെയാണ്

ഒരുവൻ സത്യമെന്താണെന്ന്, പ്രേമമെന്താണെന്ന്, പരമാനന്ദമെന്താണെന്ന്, ദൈവമെന്താണെന്ന് അറിയുന്നത്.

ഒരുവൻ മറ്റൊരുതരം ജീവിതം അന്വേഷിച്ചു പോകേണ്ടതില്ല, ഈ ജീവിതത്തിന്റെ ആഴത്തിലേയ്ക്ക് തന്നെയാണ് അവൻ അന്വേഷിച്ചുപോകേണ്ടത്. അപ്പോൾ ആ മറ്റേത് അതിനകത്ത് തന്നെ മറഞ്ഞിരിക്കുന്നതായി കണ്ടെത്തപ്പെടുന്നു. മറുകര ഈ കരയിൽ തന്നെ മറഞ്ഞിരിക്കുന്നു; ആ പരലോകം ഈ ലോകത്തിൽ തന്നെ മറഞ്ഞിരിക്കുന്നു. നാം അതിൽ നിന്ന് അകന്നു പോകാൻ പാടില്ല, അതിനകത്തേക്കു തന്നെ കൂടുതൽ ആഴത്തിലേക്കാണ് നാം പോകേണ്ടത്.

പ്രദോഷമനനം

അനഭിമുഖമായി പ്രേമിക്കുക. മുഴുവൻ അസ്തിത്വത്തെയും പ്രേമിക്കുക. അത് ഏകമായ യാഥാർത്ഥ്യമാണ്. വൃക്ഷങ്ങളും പർവ്വതങ്ങളും മനുഷ്യരും ഒന്നുതന്നെ. വാസ്തവത്തിൽ അവ വ്യത്യസ്തരല്ല. നാം എല്ലാവരും ഒരുമിച്ചുതന്നെ, അഗാധമായ ഒരു സ്വരലയത്തിൽ പങ്കുചേരുകയാണ്. നാം എല്ലാവരും ഓക്സിജൻ ഉള്ളിലേക്ക് എടുക്കുകയും കാർബൺ ഡൈഓക്സൈഡ് പുറത്തേക്ക് വിടുകയും ചെയ്തുകൊണ്ടിരിക്കുന്നു. വൃക്ഷങ്ങൾ കാർബൺഡൈഓക്സൈഡ് ഉള്ളിലേക്കെടുക്കുകയും ഓക്സിജൻ പുറത്തു വിടുകയും ചെയ്തുകൊണ്ടിരിക്കുന്നു. അപ്പോൾ, വൃക്ഷങ്ങളെ കൂടാതെ നമുക്ക് നിലനിൽക്കുവാൻ കഴിയുകയില്ല. നാം ഒരുമിച്ചുചേർക്കപ്പെട്ടിരിക്കുന്നു, പരസ്പരം കടന്നുകയറിക്കൊണ്ട്. അതുപോലെ തന്നെയാണ് അസ്തിത്വം മുഴുവനും പരസ്പരം കണ്ണിച്ചേർക്കപ്പെട്ടിരിക്കുന്നത്. അതിനാൽ അനഭിമുഖമായി സ്നേഹിക്കുക - വൃക്ഷങ്ങളെ, നക്ഷത്രങ്ങളെ, മാമലകളെ, മനുഷ്യരെ, മൃഗങ്ങളെ.... നിങ്ങൾ ആരെയാണ് സ്നേഹിക്കുന്നത് എന്നതല്ല പ്രധാനമായ കാര്യം. നിങ്ങൾ പ്രേമപൂർണ്ണനായിരിക്കുന്നു എന്നതാണ് പ്രധാനം.

പ്രഭാതമനനം

മനുഷ്യൻ തീർത്തും ഒഴിഞ്ഞവനായിരിക്കേണ്ടതുണ്ട്, അപ്പോൾ മാത്രമാണ് ദൈവത്തിന് അവനിലേക്ക് ഇറങ്ങിവരുവാനുള്ള ഇടം സൃഷ്ടിക്കപ്പെടുന്നത്. എന്നാൽ നമ്മളിൽ നിറയെ ചപ്പുചവറുകളാണ്, ചവറ്റുകൂമ്പാരമാണ്; ദൈവത്തിന് അകത്തേക്ക് പ്രവേശിക്കണമെന്നുണ്ടെങ്കിൽത്തന്നെയും അവന് അവിടെ ഒരു ഇടവും കണ്ടെത്താൻ കഴിയുകയില്ല. നമ്മുടെ കപ്പുകൾ നിറഞ്ഞിരിക്കുകയാണ്. കൂടുതൽ ഒരു തുള്ളിക്കുപോലും അതിനകത്ത് ഇടമില്ല. ആ കപ്പ് തികച്ചും ഒഴിഞ്ഞതാകേണ്ടതുണ്ട്.

നിങ്ങൾ തികച്ചും ഒഴിഞ്ഞതായിത്തീരുകയും നിങ്ങളുടെ ഉള്ളിൽ യാതൊന്നുംതന്നെ കാണാതിരിക്കുകയും ചെയ്യുമ്പോൾ, പൊടുന്നനെ എല്ലാം പ്രകാശമായിത്തീരുന്നു. പെട്ടെന്ന് നിങ്ങളുടെ സത്തയിൽ ആയിരമായിരം പുഷ്പങ്ങൾ വിടരുന്നു. നിങ്ങളിൽ സുഗന്ധവും സംഗീതവും നിറയുന്നു; ഇന്നേവരെ കേട്ടിട്ടില്ലാത്ത ഒരു സംഗീതം, അഭൗമമായ ഒരു സൗരഭ്യം. ആ അനുഭവത്തിൽ നിങ്ങൾ മുക്തനാകുന്നു, ജീവന്മുക്തനാവുന്നു, മരണത്തിൽ നിന്ന് വിമുക്തനായിത്തീരുന്നു; കാലത്തിൽ നിന്നുതന്നെ നിങ്ങൾ വിമുക്തി നേടുന്നു, അസ്തിത്വത്തിന്റെ, നിത്യപ്രവാഹത്തിന്റെ ഭാഗമായിത്തീരുന്നു. പക്ഷെ, ദൈവം അവിടെ വർത്തിക്കുന്നതിനായി ഒരുവൻ സമ്പൂർണ്ണമായും അപ്രത്യക്ഷനായിത്തീരേണ്ടതുണ്ട്.

പ്രദോഷമനനം

മനുഷ്യന്റെ സൗഖ്യം അസ്തിത്വത്തോടൊപ്പമാകുന്നു. അസ്തിത്വത്തിൽ വേരുറച്ചിരിക്കുകയാണെങ്കിൽ നാം സമഗ്രരും ആരോഗ്യവാന്മാരുമാണ്. അസ്തിത്വത്തെ കൂടാതെ നിലനിൽക്കുകയാണെങ്കിൽ, നാം നിലനിൽക്കുന്നത് വേരുകളില്ലാതെ, പോഷകമില്ലാതെയാണ്. അസ്തിത്വമാണ് നമ്മുടെ മണ്ണ്, നമ്മുടെ പോഷണം, നമ്മുടെ സൗഖ്യം. നമ്മുടെ ജീവിതമാകെ ഒരു പര്യവേക്ഷണം മാത്രമാകുന്നു - നമ്മുടെ സൗഖ്യത്തിന്റെ ഉറവിടത്തെ തേടിയുള്ള ഒരു പര്യവേക്ഷണം.

പ്രഭാതമനനം

ഒരുവൻ സ്വയം കണ്ടെത്താത്തിടത്തോളം അവൻ ഒരു മാർഗം മാത്രമായി നിലകൊള്ളുന്നു. ഒരുവൻ തന്നത്താൻ കണ്ടെത്തിക്കഴിയുന്നതോടെ അവൻ ലക്ഷ്യം കണ്ടെത്തിക്കഴിഞ്ഞു. നിങ്ങളുടെ സത്തയുടെ പുറംപരിധി അതിനുള്ള മാർഗ്ഗമാണ്: ശരീരം, മനസ്സ്, ഹൃദയം. അവയെല്ലാം ഉപയോഗപ്പെടുത്തിക്കൊണ്ട് ഉള്ളിന്റെയുള്ളിലെ ആ അകക്കാമ്പിൽ, ആ തനികേന്ദ്ര ത്തിൽ എത്തിച്ചേരുവാൻ ശ്രമിക്കുക-അത് തന്നെയാണ് ലക്ഷ്യം. അത് കണ്ടെത്തുന്നതോടെ കണ്ടെത്തേണ്ടതായിട്ടുള്ളതെല്ലാം ഒരുവൻ കണ്ടെത്തുന്നു. അതിനെ അറിയുന്നതിലൂടെ എല്ലാം അറിയപ്പെടുന്നു. അതിൽ എത്തിച്ചേരുന്നതോടെ ഒരുവൻ ദൈവത്തിൽ എത്തിച്ചേരുന്നു.

പ്രദോഷമനനം

സമ്പൂർണ്ണമായ സമർപ്പണത്തിൽ മാത്രമേ അസ്തിത്വവുമായി കൂട്ടിയിണക്കപ്പെടുവാൻ സാധ്യമാവുകയുള്ളൂ. അതിൽ കുറഞ്ഞതൊന്നും മതിയാവുകയില്ല. നൂറ് ഡിഗ്രിയിൽ ജലം ബാഷ്പീകരിക്കപ്പെടുന്നതുപോലെ തന്നെ, അഹംബോധം ബാഷ്പീകരിക്കപ്പെടുമ്പോൾ അത് സമ്പൂർണ്ണ സമർപ്പണമാകുന്നു, നിങ്ങൾ കേവലം ഒരു ഒഴിഞ്ഞ ഇടം മാത്രമായി വർത്തിക്കുമ്പോൾ. ഉള്ളിൽ ആരുമില്ല. അവിടെ മഹത്തായൊരു നിശ്ശബ്ദത മാത്രം. അനന്തമായത്, അതിരില്ലാത്തത്, എന്നാൽ ആരും അവിടെയില്ല. അതാണ് ആകാശം മുഴുവനും നിങ്ങളിലേയ്ക്ക് ഇറങ്ങിവരുന്ന ആ മുഹൂർത്തം; ഭൂമിയും ആകാശവും സംഗമിക്കുന്ന മുഹൂർത്തം; ഒരു നശ്വരനായ മനുഷ്യൻ എന്നതിൽ നിന്ന് ഒരു അനശ്വരമായ ആത്മാവിലേയ്ക്ക് നിങ്ങൾ പരിവർത്തനപ്പെടുന്ന മുഹൂർത്തം.

പ്രഭാതമനനം

ജീവിതം എപ്പോഴും പുതുതാണ്, മനസ്സ് എപ്പോഴും പഴയതും. ജീവിതം ഒരിക്കലും പഴഞ്ചനാകുന്നില്ല, മനസ്സ് ഒരിക്കലും പുത്തനാകുന്നുമില്ല. അതിനാൽ അവ ഒരിക്കലും സംഗമിക്കുന്നില്ല. അവയ്ക്ക് ഒരിക്കലും സംഗമിക്കാനാവില്ല. മനസ്സ് പിന്നോക്കം നീങ്ങുന്നു, ജീവിതം മുന്നോട്ട് നീങ്ങുന്നു. അതിനാൽ മനസ്സിലൂടെ ജീവിക്കുവാൻ ശ്രമിക്കുന്നവർ വെറും മഠയത്തരമാണ് ചെയ്തുകൊണ്ടിരിക്കുന്നത്. തങ്ങൾ ചെയ്തുകൊണ്ടിരിക്കുന്നതെന്താണെന്ന് സ്വയം തിരിച്ചറിയുന്ന ദിനം അത്തരമൊരു മഠയത്തരം, അത്തമൊരു അസംബന്ധം, അത്തമൊരു വങ്കത്തം ചെയ്യുവാൻ എങ്ങനെ കഴിഞ്ഞുവെന്ന് അവർക്ക് വിശ്വസിക്കുവാനാവില്ല.

നിർമ്മനത്തിന്റെ ഒരവസ്ഥയിൽ മാത്രമേ ജീവിതത്തെ അറിയുവാൻ സാധിക്കുകയുള്ളൂ. ധ്യാനമെന്നാൽ അത് തന്നെയാണ്: മനസ്സിനെ മാറ്റിനിർത്തൽ, ചിന്തകളില്ലാതെ വർത്തിക്കൽ, കേവലം നിശ്ശബ്ദമായി വർത്തിക്കൽ - മനസ്സിൽ ഒരൊറ്റ വാക്കുപോലും ചലിക്കാതെ, യാതൊരു ഗതാഗതവുമില്ലാതെ, എല്ലാം ശൂന്യം, ശാന്തം, നിശ്ചലം. അപ്പോൾ പൊടുന്നനെ നിങ്ങൾ ജീവിതവുമായി കൂട്ടിയിണക്കപ്പെടുന്നു, അപ്പോൾ അതിന്റെ പുതുമ, അതിന്റെ മുക്തിദായകമായ നവ്യത നിങ്ങൾ അറിയുകയും ചെയ്യുന്നു. അതാണ് ദൈവം, അതാണ് നിർവ്വാണം. ജീവിതത്തെ അതിന്റെ സമ്പൂർണ്ണതയിൽ ജീവിക്കുക, ജീവിതത്തെ അതിന്റെ പരിപൂർണ്ണമായ പുതുമയിൽ അറിയുക, അതുതന്നെയാണ് പരമാനന്ദം അനുഭവിക്കൽ, ശാന്തി അനുഭവിക്കൽ.

പ്രദോഷമനനം

മനുഷ്യൻ അവന്റെ ഇച്ഛയ്ക്ക് അപ്പുറം പോകേണ്ടതുണ്ട്. അങ്ങനെ അവന് ദൈവികേച്ഛയുടെ ഭാഗമായിത്തീരുവാൻ കഴിയും. ഒരുവൻ തന്റെ സ്വന്തം ഇച്ഛ ഉപേക്ഷിക്കേണ്ടതുണ്ട്. അതാണ് എല്ലാ ബുദ്ധിമുട്ടും. ഒരിക്കൽ നമ്മുടെ ഇച്ഛ വിലയനം പ്രാപിച്ചു കഴിഞ്ഞാൽ, പിന്നെ നമ്മളിലൂടെ അസ്തിത്വം പ്രവർത്തിക്കുവാൻ തുടങ്ങുന്നു. അപ്പോൾ ദുഃഖമില്ല, ഉൽക്കണ്ഠയില്ല. ഒരുവൻ അങ്ങേയറ്റം വിശ്രാന്തനാവുന്നു. ഒരു പ്രശ്നവുമില്ല.

എല്ലാ പ്രശ്നങ്ങളും ഉയർന്നു വരുന്നത് നിങ്ങളുടെ ഇച്ഛയിൽ നിന്നാണ്, കാരണം ഇച്ഛ എന്നാൽ സമ്പൂർണ്ണതയുമായുള്ള സമരം എന്നാണർത്ഥം. അത് പോരാട്ടമാണ്. പോരാട്ടം സംഘർഷം കൊണ്ടുവരികയും ചെയ്യും. അപ്പോൾ പരാജയമായിരിക്കും നിങ്ങളുടെ നിയോഗം. അതിനാൽ ഒരുവൻ എത്ര കഠിനമായി പൊരുതിയാലും, തന്റെ ഹൃദയത്തിന്റെ ആഴത്തിൽ അവനറിയാം, ആഴത്തിൽ എവിടെയോ, അത് വെറുതെയാണെന്ന്. സമ്പൂർണ്ണതയ്ക്ക് എതിരെ ആർക്കും വിജയിക്കുവാൻ സാധ്യമല്ല.

പൂർണ്ണതയോടൊപ്പം മാത്രമേ വിജയം സാധ്യമാവുകയുള്ളൂ, ഒരിക്കലും അതിന് എതിരെയല്ല. നിങ്ങളുടെ ഇച്ഛ അതിനു മുമ്പിൽ സമർപ്പിക്കുമ്പോഴാകട്ടെ, എല്ലാം നിങ്ങളുടേതാകുന്നു. പൊടുന്നനെ, പ്രപഞ്ചം മുഴുവനും നിങ്ങൾക്കുവേണ്ടി അതിന്റെ വാതായനങ്ങൾ തുറക്കുന്നു. എല്ലാ നിഗൂഢതകളും നിങ്ങൾക്ക് സുലഭ്യമായിത്തീരുന്നു. എല്ലാ രഹസ്യങ്ങളും നിങ്ങളിലേയ്ക്ക് കൈമാറുന്നു, എല്ലാ താക്കോലുകളും.

വിരോധാഭാസം എന്തെന്നാൽ ഇച്ഛാസമർപ്പണത്തിൽ നിങ്ങൾ യജമാനനായിത്തീരുന്നു. എന്നാൽ ഇച്ഛ അതേപടി സൂക്ഷിക്കുകയും അതിനുവേണ്ടി പൊരുതിക്കൊണ്ടിരിക്കുകയും ചെയ്യുമ്പോൾ നിങ്ങൾ ഒരു അടിമയായി നിലകൊള്ളുകയും ചെയ്യും.

പ്രഭാതമനനം

രത്നം അകത്താണ്, നമ്മൾ പുറത്തും. അത് നമ്മുടെ സത്തയുടെ ഭാഗമാണ്, എന്നാൽ നമ്മൾ അതിനെ അവിടെയൊഴികെ എല്ലായിടത്തും അന്വേഷിച്ചു നടക്കുന്നു. അതാണ് ദുഃഖം, അതിനാലാണ് ഇച്ഛാഭംഗം, അതിനാലാണ് നൈരാശ്യം.

ഉള്ളിലേക്ക് നോക്കുക, നിങ്ങളിലേക്ക് നോക്കുക, അപ്പോൾ ദൈവരാജ്യം നിങ്ങളുടേതാകുന്നു. നമുക്ക് ഒരിക്കലും അത് നഷ്ടമായിട്ടില്ല, ഒരു നിമിഷനേരത്തേക്ക് പോലും. വാസ്തവത്തിൽ നമുക്ക് അത് നഷ്ടപ്പെടുത്തണമെന്നുണ്ടെങ്കിൽ പോലും നമുക്കത് സാധ്യമല്ല; അത് നമ്മുടെ സത്ത തന്നെയാകുന്നു. എന്നാൽ നാം നമ്മുടേതായ തീരുമാനത്തിലൂടെ തന്നെ, നമ്മുടെ സ്വന്തം വിഡ്ഢിത്തത്താൽത്തന്നെ യാചകരായി തീർന്നിരിക്കുന്നു. ആന്തരികഗ്രന്ഥത്തിന്റെ ഭാഷ വായിക്കുന്നതെങ്ങനെ എന്ന് നാം മറന്നു പോയിരിക്കുന്നു; എന്നാൽ നമ്മൾ വേദങ്ങളിലും ഖുറാനുകളിലും ബൈബിളുകളിലും.... അന്വേഷിച്ചു കൊണ്ടിരിക്കുകയാണ്. നമ്മൾ മഹാ പണ്ഡിതന്മാരായി തീർന്നേക്കാം, എന്നാൽ സമ്പന്നരാവുകയില്ല: നാം എന്നെത്തെയുംപോലെ തന്നെ ദരിദ്രരായി നിലകൊള്ളും. സമ്പന്നത കൈവരുന്നത് ഒരു വഴിയിലൂടെ മാത്രമാണ്, അത് അകത്തേക്ക് പോകൽ ആകുന്നു. കാരണം അവിടെയാണ് ഖനി, ആ നിധി, തീർത്താലും തീരാത്ത നിധി.

അകത്തേക്ക് തിരിയുക, അകത്തേക്ക് ശ്രുതി മീട്ടുക, അപ്പോൾ മഹത്തായ, അനന്തമായ ആനന്ദം അവിടെ ഉണ്ട്. അപ്പോൾ മാത്രമാണ് ജീവിതം പ്രസക്തമാകുന്നത്. അതിനുമുമ്പ് ഒരിക്കലുമല്ല. ജീവിതം, ജീവിതമാകുന്നത് അപ്പോൾ മാത്രമാണ്. അതിനുമുമ്പല്ല.

പ്രദോഷമനനം

ആളുകൾ കഠിനഹൃദയരാണ്. ജീവിതം കഠിന ഹൃദയരാകുവാൻ അവരെ സന്നദ്ധരാക്കുന്നു. കാരണം ജീവിതം അവരെ സമരസന്നദ്ധരാക്കുന്നു. പതുക്കെപ്പതുക്കെ അവർക്ക് എല്ലാ ആന്തരികമൃദുത്വവും നഷ്ടപ്പെടുന്നു. അവർ പാറപോലെ ആയിത്തീരുന്നു. പാറപോലുള്ള ഒരു വ്യക്തി ഒരു മൃതനായ വ്യക്തിയാണ്. അയാൾ പേരിനു മാത്രമാണ് ജീവിക്കുന്നത്, സത്യത്തിൽ ജീവിക്കുന്നില്ല. യഥാർത്ഥജീവിതം മൃദുത്വം, തുറന്നിരിക്കൽ, വഴക്കം ഉൾക്കൊള്ളുന്നതാണ്. അസ്തിത്വത്തെ ഭയപ്പെടാതിരിക്കുക; അസ്തിത്വം നിങ്ങളെ പരിരക്ഷിക്കുന്നു, സ്നേഹിക്കുന്നു. അസ്തിത്വവുമായി പോരടിക്കേണ്ട യാതൊരു ആവശ്യവുമില്ല. നിങ്ങൾക്ക് ഒരിക്കലും ആവശ്യപ്പെടാനാവാത്ത അത്രമാത്രം, നിങ്ങൾക്ക് ഒരിക്കലും ചിന്തിയ്ക്കുവാൻ പോലും ആവാത്ത അത്രയും നൽകുവാൻ അസ്തിത്വം സന്നദ്ധമാണ്. എന്നാൽ നിങ്ങൾ മൃദുത്വമുള്ളവൻ, വഴക്കമുള്ളവൻ ആണെങ്കിൽ മാത്രമേ അസ്തിത്വത്തിന് നൽകുവാൻ കഴിയൂ. നിങ്ങൾ സുഷിരങ്ങൾ ഉള്ളവനായിരിക്കുമ്പോൾ മാത്രമേ അതിന് എല്ലായിടത്തും പ്രവേശിക്കുവാൻ കഴിയു. പോറസ്സായി വർത്തിക്കുക, അസ്തിത്വത്തിന് ലഭ്യമായി, സന്നദ്ധനായി വർത്തിക്കുക, നിർഭയനായി. ഭയപ്പെടേണ്ട യാതൊരാവശ്യവുമില്ല. അതു നമ്മുടെ അസ്തിത്വമാണ്, നാം അതിന്റേതാണ്, അത് നമ്മുടേതാണ്.

പ്രഭാതമനനം

ദൈവത്തിന് വന്നുചേരുവാനുള്ള വീഥിയൊരുക്കുക, സൂര്യനെ, ആ പ്രകാശത്തെ സ്വീകരിക്കുവാൻ സന്നദ്ധനാവുക. ആവശ്യമായ ഒരേയൊരു കാര്യം: കൂടുതൽകൂടുതൽ ബോധവാനായിരിക്കുക, മനസ്സിനകത്ത് വർത്തിക്കൽ കുറച്ച്കുറച്ച് കൊണ്ടുവരികയും മനസ്സിന് പുറത്ത് നിന്നുകൊണ്ട് കൂടുതൽകൂടുതൽ അതിനെ നിരീക്ഷിക്കുകയും ചെയ്യുക. അതിൽ ഭാഗഭാക്കാവാതെ കേവലം നിസ്സംഗനായ ഒരു നിരീക്ഷകനായി മാത്രം വർത്തിക്കുക. അതുതന്നെയാണ് കൃത്യമായും, 'ആനന്ദാതിരേകം' (Ecstsay) എന്ന വാക്കിന്റെ അർത്ഥം - പുറത്ത് നിൽക്കുക.

മനസ്സിന് പുറത്ത് നിൽക്കുവാൻ പഠിക്കുക, അതോടെ പഠിക്കുവാനുള്ളതെല്ലാം നിങ്ങൾ പഠിച്ചുകഴിഞ്ഞു. എല്ലാ മതങ്ങളും വ്യത്യസ്തരീതികളിൽ, വ്യത്യസ്തമായ ഭാഷകളിൽ പഠിപ്പിക്കുന്നത് ഒരേയൊരു രഹസ്യമാണ്: നിങ്ങളുടെ മനസ്സിൽ നിന്ന് പുറത്ത് നിൽക്കുന്നതെങ്ങനെ? അതിൽ വിജയിക്കുന്ന ദിനമാണ് നിങ്ങളുടെ ജീവിതത്തിലെ ഏറ്റവും മഹത്തായ സുദിനം. ആ സുദിനത്തിൽ നിങ്ങൾ പുനർജ്ജനിക്കപ്പെടുന്നു. ആ ദിനത്തിനു പിന്നീട് നിങ്ങൾ ഭൗതികലോകത്തിന്റെ ഭാഗമല്ല, നിങ്ങൾ ദൈവത്തിന്റെ ഭാഗമായിത്തീർന്നിരിക്കുന്നു.

പ്രദോഷമനനം

മതത്തിന് ഇപ്പോൾ യഥാർത്ഥമായിത്തീരേണ്ട തുണ്ട്. നാം അവാസ്തവികത്തോടൊപ്പം വേണ്ടതിലേറെ കാലം ജീവിച്ചു കഴിഞ്ഞിരിക്കുന്നു. ജീവിതം വാസ്തവികമാകുന്നു, പ്രേമം വാസ്തവികമാകുന്നു. നിങ്ങൾ ജീവിതവുമായി പ്രേമത്തിലാകുമ്പോൾ, ജീവിതം നിങ്ങളുടെയാകെ അസ്തിത്വമായിത്തീരുന്നു. ജീവിതത്തെ ആരാധിക്കുവാനുള്ള ഒരേയൊരുമാർഗ്ഗം, ആടുക, പാടുക, പ്രഫുല്ലനം ചെയ്യുക, രചനാത്മകനായി വർത്തിക്കുകയാണ്: ആഘോഷത്തിലേക്കായി എന്തെങ്കിലും സംഭാവന നൽകുക, ഈ മഹത്തായ ഉൽസവമേളയിലേയ്ക്ക്, നിരന്തരമായി തുടർന്നുകൊണ്ടിരിക്കുന്ന ഈ മഹത്തായ കാർണിവൽ മേളയിലേയ്ക്ക് എന്തെങ്കിലും ചിലത് സംഭാവന ചെയ്യുക! ഗ്രഹതാരകങ്ങൾ നർത്തനം ചെയ്യുന്നു, വൻമരങ്ങൾ നർത്തനം ചെയ്യുന്നു, മഹാസമുദ്രങ്ങൾ നർത്തനം ചെയ്യുന്നു. എന്റെ സന്യാസിമാർ ഈ മഹാസമുദ്രങ്ങളുടേയും മഹാവൃക്ഷങ്ങളുടേയും ഭാഗമായിത്തീരേണം: മേഘങ്ങളുടെയും നക്ഷത്രങ്ങളുടെയും. ഇത് എന്റെ മന്ദിരമാകുന്നു-മറ്റൊരു ദേവാലയത്തിലും ഞാൻ വിശ്വസ്തത അർപ്പിക്കുന്നില്ല, ഞാൻ ഒരു ദൈവത്തിലും വിശ്വസിക്കുന്നില്ല. ഇതാണ് എന്റെ അനുഭവം, അത് ഞാൻ എന്റെ ആളുകളുമായി പങ്കുവെക്കാൻ ആഗ്രഹിക്കുന്നു.

ഒരു സന്യാസിയായിത്തീരുക എന്നുവെച്ചാൽ, നിങ്ങൾ ഇപ്പോൾ ആ ആഘോഷമാനത്തിലേക്ക് നീങ്ങുവാൻ തുടങ്ങിയിരിക്കുന്നുവെന്നാണ് അർത്ഥം. അത് ആ വസന്തമേളയിലേയ്ക്കുള്ള ഒരു ക്ഷണമാകുന്നു, വസന്തത്തിനായുള്ള തയ്യാറെടുക്കൽ ആകുന്നു അത്.

പ്രഭാതമനനം

ഇന്ത്യയിലെ മഹാഋഷിവര്യന്മാരിൽ ഒരാളായ കബീർ പറയുന്നു: ഞാൻ വർഷങ്ങളോളം ദൈവത്തെ അന്വേഷിച്ച് കൊണ്ടിരുന്നു, എനിക്ക് അവനെ കണ്ടെത്താൻ ആയില്ല. അപ്പോൾ ഞാൻ ആ ആശയം അത്രയും ഉപേക്ഷിച്ചുകൊണ്ട് നിശ്ചലനും പ്രേമപൂർണ്ണനുമായിത്തീർന്നു - മറ്റെന്താണ് ചെയ്യുക? എനിക്ക് ദൈവത്തെ കണ്ടെത്താനായില്ല, അതിനാൽ ചെയ്യാൻ കഴിയാവുന്ന ഒരേയൊരു കാര്യം ദൈവികതയോട് സാധ്യമായത്ര അടുത്ത് നിൽക്കുക മാത്രമായിരുന്നു. അങ്ങനെ ഞാൻ നിശ്ശബ്ദനായിത്തീർന്നു, നിശ്ചലനായിത്തീർന്നു, ഞാൻ പ്രേമപൂർണ്ണനായിത്തീർന്നു, ഞാൻ ആനന്ദപൂർണ്ണനായിത്തീർന്നു. ഞാൻ അവനെ കണ്ടെത്തിക്കഴിഞ്ഞു എന്നപോലെ: അത് 'എന്നപോലെ' ആയിരുന്നു. ഒരു ദിവസം അവൻ എന്നെ അന്വേഷിച്ചു വന്നു. അതിനു ശേഷം ഒരിക്കലും ഞാനവനെക്കുറിച്ച് ഏറെ ശ്രദ്ധിച്ചിട്ടില്ല. എന്നാൽ അവൻ എന്നെ പിന്തുടർന്നു കൊണ്ടേയിരിക്കുന്നു. ആദ്യം ഞാൻ അവനെ വിളിക്കാറുണ്ടായിരുന്നു, ''ദൈവമേ! നീ എവിടെയാണ്?'' ഇപ്പോൾ അവൻ എന്നെ വിളിക്കുന്നു, ''കബീർ നീ എവിടെയാണ്?''

കബീർ പറയുന്നത്, അതീവസംഗതമായ ഒരു കാര്യമത്രെ. അദ്ദേഹത്തിന്റെ ശരിയായ വാക്കുകൾ ഇതാണ്: ''അവൻ ഒരു നിഴൽപോലെ എന്നെ പിന്തുടർന്നുകൊണ്ട് എന്നെ വിളിച്ചു കൊണ്ടിരിക്കുന്നു: ''കബീർ, കബീർ, നീ എവിടെ പോകുന്നു? നീ എന്താണ് ചെയ്യുന്നത്? എനിക്ക് നിന്നെ എങ്ങനെയെങ്കിലും സഹായിക്കുവാൻ കഴിയുമോ?'' ഞാനിപ്പോൾ അവനെ ഒട്ടും ശ്രദ്ധിക്കുന്നില്ല. ഇപ്പോൾ എനിക്ക് അതിന്റെ വഴി അറിയാം: അത് പുറത്ത് എവിടെയുമല്ല; അത്

അകത്തേക്ക് പോകൽ ആണ്. അത് മതാചാരങ്ങളിലല്ല; അത് പ്രേമത്തിലാണ്. അത് ഔപചാരികതകളിലല്ല, മറിച്ച് അസ്തിത്വവുമായുള്ള അനൗപചാരികമായ ഒരു സൗഹൃദത്തിലാണ് അത് നിലകൊള്ളുന്നത്.

പ്രദോഷമനനം

ഫെഡറിക് നീഷേ പറയുന്നു: '' ദൈവം മരിച്ചു.'' എന്നാൽ ആരും അദ്ദേഹത്തോട് ചോദിച്ചിട്ടില്ല, ''ആരാണ് അവനെ കൊന്നത്?'' രണ്ട് സാധ്യതകളാണുള്ളത്. ഒന്നുകിൽ അവൻ ആത്മഹത്യ ചെയ്തതാണ്, അല്ലെങ്കിൽ അവൻ കൊല ചെയ്യപ്പെട്ടതാണ്. ദൈവത്തിന് ആത്മഹത്യ ചെയ്യാൻ ആവില്ലതാനും; അത് അസാധ്യമാണ്. കാരണം ദൈവം എന്നാൽ പരമാനന്ദമാണ്. പരമാനന്ദം എന്തിന് ആത്മഹത്യ ചെയ്യണം? ദൈവമെന്നാൽ സത്യമെന്നാണ് അർത്ഥം. സത്യമെന്തിന് ആത്മഹത്യ ചെയ്യണം? ദൈവമെന്നാൽ വാസ്തവത്തിൽ നിത്യതയാകുന്നു; അതിനാൽ ആത്മഹത്യ അസാധ്യമാണ്. അവൻ കൊല്ലപ്പെട്ടതായിരിക്കണം. പുരോഹിതന്മാരാണ് അത് ചെയ്തത്. എല്ലാ മതങ്ങളിലുംപെട്ട മുഴുവൻ പുരോഹിതന്മാരും ആ വമ്പിച്ച ഗൂഢാലോചനയിൽ പങ്കാളികളായിരുന്നിട്ടുണ്ട്; അവരാണ് അവനെ കൊന്നത്. നിശ്ചയമായും അവർക്ക് യഥാർത്ഥ ദൈവത്തെ കൊല്ലുവാൻ കഴിയുകയില്ല. എന്നാൽ അവർ തന്നെ സൃഷ്ടിച്ച ദൈവത്തെ കൊല്ലുവാൻ അവർക്ക് കഴിയും. മതത്തിന്റെ പേരിൽ ഉണ്ടായിട്ടുള്ള പതിനായിരം വർഷത്തെ ചരിത്രവങ്കത്തം കാരണം ഞാൻ നിർദ്ദേശിക്കുകയാണ്: പ്രേമത്തെ അന്വേഷിക്കുക, ദൈവത്തെക്കുറിച്ച് എല്ലാം മറക്കുക. ദൈവികത സ്വയമേവ വന്നുചേരുക തന്നെ ചെയ്യും. അത് വന്നെത്താതിരിക്കുകയില്ല, അത് അനിവാര്യമാകുന്നു.

പ്രഭാതമനനം

ജീവിതത്തിൽ സ്മരിക്കപ്പെടേണ്ടതായ ഏറ്റവും പ്രധാനപ്പെട്ട കാര്യം ഇതത്രേ: ദൈവം നമ്മെ സ്നേഹിക്കുന്നു, അവൻ നമ്മെ കൈയ്യൊഴിഞ്ഞിട്ടില്ല, അവൻ നമ്മോട് നിസ്സംഗനല്ല, അവൻ നിരന്തരം നമ്മെക്കുറിച്ച് ഗൗനിക്കുന്നവനാണ്, അവൻ നമ്മളിൽ ശ്രദ്ധാലുവാണ്.

ഈ ആശയം നിങ്ങളുടെ ഹൃദയത്തിലേക്ക് എത്രകണ്ട് ആഴത്തിൽ പ്രവേശിക്കുന്നുവോ അത്രയും നല്ലത്, കാരണം നിങ്ങൾ ദൈവത്താൽ കൂടുതൽകൂടുതൽ സ്നേഹിക്കപ്പെടുന്നു എന്ന തോന്നൽ ഉണ്ടാകുമ്പോൾ നിങ്ങൾക്ക് മറ്റുള്ളവരെയും സ്നേഹിക്കുവാൻ കഴിവുണ്ടാകും. അങ്ങനെയാണ് നമ്മൾ സ്നേഹിക്കുവാൻ കഴിവുള്ളവരായിത്തീരുന്നത്: നമ്മൾ സ്നേഹിക്കപ്പെടുമ്പോൾ നമുക്ക് സ്നേഹിക്കുവാൻ സാധിക്കുന്നു. നാം സ്നേഹിക്കപ്പെടുന്നില്ലെങ്കിൽ എങ്ങനെയാണ് സ്നേഹിക്കേണ്ടതെന്ന് നമ്മൾ അറിയുന്നില്ല; സ്നേഹം എന്താണെന്ന് നാം അറിയുന്നില്ല.

ഇന്നത്തെ ലോകത്തിൽ നിന്ന് പ്രേമം അപ്രത്യക്ഷമായിക്കൊണ്ടിരിക്കുന്നു, കാരണം ദൈവം അപ്രത്യക്ഷനായിരിക്കുന്നു. ആകാശം ശൂന്യമാണ്. അത് നിറയെ പ്രേമമായിരുന്നു. നൂറ്റാണ്ടുകളോളം മനുഷ്യർ ആകാശത്തേക്ക് നോക്കി പ്രാർത്ഥിച്ചു. അവർ ഉയർത്തപ്പെട്ടു, പ്രേമം മഴ പോലെ അവരിലേയ്ക്ക് വർഷിക്കപ്പെടുന്നതായി അവർക്ക് തോന്നി. അവരെ അത് സ്പർശിക്കുകയും ചലിപ്പിക്കുകയും ചെയ്തു, അവർ അതിനാൽ പരിവർത്തിക്കപ്പെട്ടു. അതിനുശേഷം അവർക്ക് മറ്റുള്ളവരെ സ്നേഹിക്കുവാനും കഴിവുണ്ടായി-കാരണം നിങ്ങളുടെ കൈവശം പ്രേമമുണ്ടാകുമ്പോൾ നിങ്ങൾക്കത് മറ്റുള്ളവർക്ക് ദാനം ചെയ്യുവാൻ കഴിയും. നിങ്ങളുടെ കൈവശം അതി

ല്ലെങ്കിൽ നിങ്ങൾക്കെങ്ങനെ അത് മറ്റുള്ളവർക്ക് ദാനം ചെയ്യുവാൻ കഴിയും? അത് ലഭിക്കുന്ന ഒരേയൊരു ഉറവിടം ദൈവവുമാണ്. കാരണം അവൻ മാത്രമാണ് അനിവാര്യമായ ആ ഉറവിടം.

പ്രദോഷമനനം

ശരീരം ജനിക്കപ്പെടുന്നതാണ്. അത് മരിക്കപ്പെടുകയും ചെയ്യുന്നു. മനസ്സ് ജനിക്കപ്പെടുന്നതാണ്; അതും മരിക്കുന്നു. എന്നാൽ നിങ്ങൾ ശരീരമോ മനസ്സോ അല്ല. നിങ്ങൾ രണ്ടിനും അതിവർത്തനാത്മകമായ എന്തോ ഒന്നാണ്, ഒരിക്കലും മരിക്കപ്പെടുകയും ഒരിക്കലും ജനിക്കപ്പെടുകയും ചെയ്യാത്ത എന്തോ ഒന്ന്. നിങ്ങൾ എന്നും ഇവിടെയുണ്ടായിരുന്നു, എന്നും ഇവിടെയുണ്ടായിരിക്കുകയും ചെയ്യും.

ഇത് അനുഭവിച്ചറിയുവാൻ തുടങ്ങുന്ന നിമിഷം ജീവിതത്തെക്കുറിച്ചുള്ള ഒരുവന്റെ മുഴുവൻ പരിപ്രേക്ഷ്യവും മാറുവാൻ തുടങ്ങുന്നു. ആ നിമിഷം വരെ പ്രധാനപ്പെട്ടത് എന്തൊക്കെയായിരുന്നുവോ അതെല്ലാം അപ്രധാനമായിത്തീരുന്നു: പണം, അധികാരം, പ്രതാപം എല്ലാം. അതുപോലെ ഇതുവരെ അപ്രധാനമായിരുന്നത് എന്തൊക്കെയായിരുന്നുവോ, പൊടുന്നനെ അവയ്ക്കെല്ലാം വലിയ പ്രാധാന്യം ലഭിക്കുന്നു; പ്രേമം, കാരുണ്യം, ധ്യാനം, പ്രാർത്ഥന, ദൈവികത... ഓർക്കുക, നിങ്ങൾക്കുള്ളിൽ നിത്യമായിട്ടുള്ള എന്തോ ഒന്ന് ഉണ്ട്.

15

പ്രഭാതമനനം

അതിഥി എപ്പോഴും വന്നണയുവാൻ സന്നദ്ധനാകും, എന്നാൽ ആതിഥേയനാണ് അസന്നിഹിതനായിരിക്കുന്നത്. ഒന്നുകിൽ അവൻ മറ്റെവിടെയോ സ്വപ്നാടനത്തിൽ.... കാമനയിലാണ്. അവൻ ഒരിക്കലും സ്വഭവനത്തിൽ അല്ല, ഒരിക്കലും ഇപ്പോൾ ഇവിടെ അല്ല - അവൻ ഒന്നുകിൽ ഭൂതത്തിലോ, അല്ലെങ്കിൽ ഭാവിയിലോ ആണ്.

വഴിതെറ്റുവാൻ രണ്ട് മാർഗ്ഗങ്ങളേയുള്ളു: നേരത്തെ തന്നെ കഴിഞ്ഞുപോയതിലേക്ക്, ഇനിയും വന്നെത്തിയിട്ടില്ലാത്തതിലേക്ക്. ഭൂതവും ഭാവിയുമാണ് വർത്തമാനത്തിൽ നിന്ന് ഒളിച്ചോടുവാനുള്ള രണ്ടേരണ്ടു മാർഗ്ഗങ്ങൾ. ദൈവത്തിന് ഒരു കാലം മാത്രമേ അറിയൂ. അവന് ഭൂതവുമായോ ഭാവിയുമായോ യാതൊരു പരിചയവുമില്ല; വർത്തമാനമാണ് അവന്റേതായ ഒരേയൊരു സമയം - നമ്മളാകട്ടെ ഒരിക്കലും വർത്തമാനത്തിലുമല്ല. അതിനാൽ ആതിഥേയൻ കവാടത്തിൽ മുട്ടിക്കൊണ്ടേയിരിക്കുന്നുവെങ്കിലും അവൻ ദൈവത്തെ കാണുന്നില്ല. കാരണം അവൻ മുട്ടുന്നത് ഭൂതത്തിലാണ്, അല്ലെങ്കിൽ ഭാവിയിലാണ്. അതുപോലെ തന്നെ ദൈവം നിരന്തരം മുട്ടിക്കൊണ്ടേയിരിക്കുന്നു. എങ്കിലും അവനും ആതിഥേയനെ കണ്ടെത്താൻ കഴിയുന്നില്ല. കാരണം അവൻ മുട്ടുന്നത് വർത്തമാനത്തിലാണ്. ആതിഥേയൻ ഒരിക്കലും വർത്തമാനത്തിലുമല്ല.

പ്രദോഷമനനം

യേശു പറയുന്നു, ദൈവരാജ്യം നിങ്ങൾക്കുള്ളിലാകുന്നു. അതാണ് ജാഗരണം പ്രാപിച്ചിട്ടുള്ള എല്ലാവരുടെയും അവശ്യമായ പ്രബോധനം: എങ്ങോട്ടും പോകേണ്ടതില്ല; നിങ്ങൾക്കുപുറത്ത് എവിടെയും അന്വേഷിക്കേണ്ടതില്ല. അവിടെ നിങ്ങൾ ഒന്നും കണ്ടെത്തുകയില്ല. നിങ്ങൾ ശൂന്യനായി നിലകൊള്ളും, നിറവേറപ്പെടാതെ, നിരാശനായി, കാരണം യഥാർത്ഥമായ രാജ്യം, യഥാർത്ഥമായ ധനം, നിങ്ങളുടെ ആന്തരികത്വത്തിന്റെ, നിങ്ങളുടെ ആത്മനിഷ്ഠതയുടെ, നിങ്ങളുടെ ആത്മാവിന്റെ ഭാഗം തന്നെയാണ്.

സാധാരണ മാനവരാശി ബഹിർമുഖമാണ്. നിങ്ങൾ നേരെ വിപരീതദിശയിൽ അകത്തേക്ക് നീങ്ങുകയാണെങ്കിൽ, അത് അന്തർമുഖത്വമാണ്. അതിനർത്ഥം ഞാൻ ലോകത്തിന് എതിരാണെന്നല്ല, എന്നാൽ ഒരുവൻ തന്നെത്തന്നെ അറിയാതിരിക്കുന്നത് വളരെ അപകടകരമാണ്. ഒരിക്കൽ നിങ്ങൾ സ്വയം അറിഞ്ഞുകഴിഞ്ഞാൽ, നിങ്ങൾക്ക് നിങ്ങളുടെ ആഹ്ലാദം പങ്കുവെച്ചുകൊണ്ടും നിങ്ങളുടെ ആനന്ദത്തെ ജീവിച്ചുകൊണ്ടും ലോകം മുഴുവനും ചുറ്റിയടിക്കാം; അപ്പോൾ ഒരു പ്രശ്നവുമുണ്ടാകുന്നില്ല. നിങ്ങൾ നിങ്ങളുടെ സത്തയിൽ വേരുറച്ചവനാണെങ്കിൽ നിങ്ങൾക്കാവശ്യമുള്ളിടത്തോളം ബഹിർമുഖനാകാം, ഒന്നിനും നിങ്ങളെ ഉപദ്രവിക്കുവാൻ കഴിയില്ല. നിങ്ങൾക്ക് അങ്ങാടിയിൽ ജീവിക്കാം, എങ്കിലും നിങ്ങളുടെ ധ്യാനം അലോസരപ്പെടാതെ നിലനിൽക്കും. പക്ഷെ ഒന്നാമത്തെ കാര്യം, ഏറ്റവും പ്രാധാന്യമർഹിക്കുന്ന കാര്യം, ആന്തരികതയിൽ അടിയുറക്കുക, നിങ്ങളുടെ ആന്തരികയാഥാർത്ഥ്യത്തോട് സുപരിചിതനായിരിക്കുക എന്നതാണ്. എന്റെ മുഴുവൻ പരിശ്രമവും സാധ്യമായ എല്ലാ രീതികളിലും നിങ്ങളെ ഉള്ളിലേയ്

ക്ക് തിരിച്ച് വിട്ടുകൊണ്ട് ആന്തരികതയിലേക്ക് പോകുവാൻ സഹായിക്കലാണ്.

സത്യം നിങ്ങൾക്ക് നൽകുവാൻ എനിക്ക് കഴിയില്ല, ആർക്കും കഴിയില്ല, എന്നാൽ അത് എവിടെ കണ്ടെത്താമെന്ന് ചൂണ്ടിക്കാണിക്കുവാൻ എനിക്ക് കഴിയും. അത് ചന്ദ്രനിൽ കണ്ടെത്തപ്പെടേണ്ടതല്ല, എവറസ്റ്റ് കൊടുമുടിയിൽ കണ്ടെത്തപ്പെടേണ്ടതല്ല. അത് കേവലം നിങ്ങളുടെ ഉള്ളിൽ തന്നെ കണ്ടെത്തപ്പെടേണ്ടതാണ്. കണ്ണുകൾ അടക്കുവാനും ആന്തരികതയെ കാണുവാനും പഠിക്കുക.

പ്രഭാതമനനം

അത് എപ്പോഴും ഇപ്പോൾ ആകുന്നു, ഒരിക്കലും അപ്പോൾ അല്ല. അത് എപ്പോഴും ഇവിടെ ആകുന്നു, ഒരിക്കലും അവിടെ അല്ല. അവിടെയും അപ്പോഴും നിലവിലില്ല. ഇവിടെയും ഇപ്പോഴുമാണ് നിലവിലുള്ളത്; വാസ്തവത്തിൽ അവ ഒരേ നാണയത്തിന്റെ ഇരുവശങ്ങളാണ്. ഭൗതികശാസ്ത്രജ്ഞർ പോലും ഇപ്പോൾ സ്ഥലകാലങ്ങൾ വ്യതിരിക്തങ്ങളല്ല എന്ന ഉൾക്കാഴ്ചയിലേയ്ക്ക് വന്നിരിക്കുന്നു. ഇവിടെ എന്നാൽ സ്ഥലം എന്നർത്ഥം, ഇപ്പോൾ എന്നാൽ കാലം എന്നർത്ഥം.

മഹാശാസ്ത്രജ്ഞനായ ആൽബർട്ട് ഐൻസ്റ്റീന്റെ ഏറ്റവും വലിയ സംഭാവനകളിൽ ഒന്ന് കാലം സ്ഥലത്തിന്റെ നാലാമതൊരു മാനമാണ് എന്നതാണ്. അത് വേറിട്ട കാര്യങ്ങളല്ല, സ്ഥലം ത്രിമാനമാണ്, കാലം നാലാംമാനവും. ഇതായിരുന്നു ഋഷിവര്യന്മാരുടെ ഉൾക്കാഴ്ച. ഈ ഉൾക്കാഴ്ച വളരെ പുരാതനമാണ്. അത് എപ്പോഴാണ് ആദ്യമായി സംഭവിച്ചതെന്ന് പറയുവാൻ വാസ്തവത്തിൽ വളരെ പ്രയാസമാണ്. അത് ഋഷിമാരുടെ ഏറ്റവും പ്രാചീനമായ ഉൾക്കാഴ്ചയാണ്.

എന്നാൽ സ്വാഭാവികമാണത്; ആയിരക്കണക്കിന് വർഷങ്ങൾക്കു ശേഷം മാത്രമാണ് ശാസ്ത്രത്തിന് അനുഗമിക്കുവാൻ കഴിയുക. അങ്ങനെയാണ് വരേണ്ടതും, കാരണം അതിന്റെ പ്രവർത്തനനിര തന്നെ വളരെ നീണ്ട ഒന്നാണ്. എന്നാൽ ഇപ്പോൾ ഭൗതികശാസ്ത്രജ്ഞർ പറയുന്നത് അയ്യായിരം വർഷങ്ങൾക്ക് മുമ്പ് ഋഷിമാർ പറഞ്ഞ അതേ കാര്യം തന്നെയാണ്. അതായത് ഇപ്പോഴും ഇവിടെയും ഒരേ നാണയത്തിന്റെ ഇരുവശങ്ങളാണ്, അത് തന്നെയാണ് വാസ്തവമായിട്ടുള്ള ഒരേയൊരു കാര്യവും. ബാക്കി

യുള്ളതെല്ലാം ഒന്നുകിൽ ഭാവനയോ അല്ലെങ്കിൽ സ്മരണയോ ആണ്.

സ്മരണയിൽ നിന്ന്, ഭാവനയിൽ നിന്ന് പുറത്ത് കടക്കുന്നതത്രേ ധ്യാനം. ധ്യാനത്തിലായി കഴിയുന്ന നിമിഷം നിങ്ങൾ സ്വതന്ത്രനാവുകയും ചെയ്യുന്നു, നിങ്ങൾ തടവറയിൽ നിന്ന് വിടുതൽ നേടുന്നു.

പ്രദോഷമനനം

എല്ലാം ദൈവികമാകുന്നു. വാസ്തവത്തിൽ ദൈവം ഇല്ല, ദൈവികതയേ ഉള്ളൂ. ദൈവം ഒരു വ്യക്തിയല്ല, ഒരു ഗുണവിശേഷമാണ്. വ്യക്തിയല്ല, മറിച്ച് ഒരു സാന്നിധ്യം. ഒരു വ്യക്തിയെന്ന നിലയിലുള്ള ദൈവം എന്ന ആശയം നരവംശശാസ്ത്രപരമാണ്; നമ്മൾ ആ ബിംബം നിർമ്മിച്ചിരിക്കുന്നത് നമ്മുടെ സ്വന്തം പ്രതിരൂപത്തിലാണ്. അത് മനുഷ്യനാൽ സ്വയം പ്രക്ഷേപിക്കപ്പെട്ടതല്ലാതെ മറ്റൊന്നുമല്ല; അത് സത്യമായ ദൈവമല്ല. അതുകൊണ്ടാണ് ബുദ്ധൻ ദൈവത്തെ കുറിച്ച് നിശ്ശബ്ദത പാലിക്കുന്നത്. അദ്ദേഹം ദൈവികതയെക്കുറിച്ച് സംസാരിക്കുന്നു, പക്ഷെ ഒരിക്കലും ദൈവത്തെ കുറിച്ച് സംസാരിക്കുന്നില്ല. എന്റെ സ്വന്തം അനുഭവവും കൃത്യമായും ഇതുതന്നെയാണ്: ഒരു ദൈവം ഇല്ല, എന്നാൽ ദൈവികത ഉണ്ട്.

ഈ അസ്തിത്വം മുഴുവനും ദൈവികതയാൽ നിറഞ്ഞൊഴുകിക്കൊണ്ടിരിക്കുന്നു. ദൈവവും ലോകവും തമ്മിൽ ഒരു വിഭജനമില്ല. അസ്തിത്വം ദൈവികതയാകുന്നു. ഈ ദർശനത്തോടുകൂടി, ഈ കണ്ണുകളോടുകൂടി അസ്തിത്വത്തെ നോക്കിക്കാണുവാൻ തുടങ്ങുക, അപ്പോൾ നിങ്ങൾ അതിശയപ്പെടും. എന്തുകൊണ്ടെന്നാൽ മുമ്പൊരിക്കലും കണ്ടിട്ടില്ലാത്ത കാര്യങ്ങൾ അതോടെ നിങ്ങൾ കാണുവാൻ തുടങ്ങും. അതേകാര്യങ്ങളെ നിങ്ങൾ എല്ലാ ദിവസവും കടന്നുപോന്നിട്ടുണ്ട്; അതേ വൃക്ഷങ്ങൾ, അതേ പക്ഷികൾ, അതേ മനുഷ്യർ. എന്നാൽ എല്ലാം ദൈവികതയാണ് എന്ന ഈ ദർശനം ഒരിക്കൽ നിങ്ങൾക്ക് ഉണ്ടായിക്കഴിഞ്ഞാൽ, നിങ്ങൾ കാര്യങ്ങളെ ഒരു പുതിയ വെളിച്ചത്തിൽ കാണുവാൻ തുടങ്ങും. അപ്പോൾ ലോകം ഒരു ഊരാക്കുടുക്കല്ല, പിന്നെ ഒരിക്കലും അത് ഒരു പ്രശ്നമല്ല, ഒരു ചോദ്യമല്ല-പരിഹരിക്കപ്പെടേണ്ട ഒരു പ്രശ്നമല്ല, മറിച്ച് ജീവിച്ചറിയേണ്ട ഒരു നിഗൂഢതയാണ്.

പ്രഭാതമനനം

അസ്തിത്വത്തോട് അത്യന്തം സമർപ്പിതനായി വർത്തിക്കുക: ഇനിമേൽ യാതൊരു സമരവുമില്ല, യാതൊരു സംഘട്ടനവുമില്ല. സ്വന്തമായി യാതൊരു സ്വകാര്യലക്ഷ്യങ്ങളുമില്ല. സമ്പൂർണ്ണത നിങ്ങളെ ആവേശിക്കട്ടെ, നിങ്ങൾ സമ്പൂർണ്ണതയാൽ നയിക്കപ്പെടട്ടെ. അപ്പോഴത് നിങ്ങളെ എങ്ങോട്ടു കൊണ്ടുപോയാലും നല്ലതിനുതന്നെ ആയിരിക്കും; നിങ്ങളെക്കൊണ്ട് അത് എന്തുതന്നെ ചെയ്താലും അത് നല്ലതുതന്നെയായിരിക്കും.

മനുഷ്യന് തനിച്ച് ശരി ചെയ്യാനാവില്ല, അവൻ തെറ്റുതന്നെയേ ചെയ്യുകയുള്ളൂ. ശരി സംഭവിക്കുന്നത് മനുഷ്യൻ അവനിലൂടെ പ്രവർത്തിക്കുവാൻ ദൈവത്തെ അനുവദിക്കുമ്പോൾ മാത്രമാണ്.

അതുകൊണ്ട് ദൈവത്തെ നിങ്ങളിലൂടെ പ്രവർത്തിക്കുവാൻ അനുവദിക്കുക. വിശ്വസ്തത അർപ്പിക്കുക. ഈ പ്രപഞ്ചം മുഴുവനും ഇത്ര മനോഹരമായി നടന്നുപോകുന്നുവെങ്കിൽ, എന്തുകൊണ്ട് അതിന് നിങ്ങളെയും പരിരക്ഷിക്കുവാൻ സാധിക്കുകയില്ല? എന്തിന് നിങ്ങൾ വേവലാതിപ്പെടണം? നിങ്ങളെക്കുറിച്ച് എന്തിന് ഉത്ക്കണ്ഠപ്പെടണം? ഒരു റോസാച്ചെടിയും വ്യാകുലപ്പെടുന്നില്ല, ഒരു പക്ഷിയും, ഒരു മൃഗവും, ഒരു നക്ഷത്രവും വ്യാകുലപ്പെടുന്നില്ല. കേവലം മണ്ടനായ മനുഷ്യമനസ്സു മാത്രമേ ഇത്രയധികം വേവലാതികൾ സൃഷ്ടിക്കുന്നുള്ളൂ - അതിനുള്ള ലളിതമായ കാരണം താൻ വ്യതിരിക്തമാണെന്ന് അത് കരുതുന്നതാണ്. സ്വഭാവികമായും, നിങ്ങൾ വ്യതിരിക്തനാണെങ്കിൽ, അപ്പോൾ എല്ലാ വേവലാതികളും നിങ്ങളുടേതു മാത്രമായിരിക്കും. നിങ്ങൾ വ്യതിരിക്തനല്ലെങ്കിൽ, അപ്പോൾ സമ്പൂർണ്ണത സംരക്ഷണം ഏറ്റെടുക്കുന്നു.

പ്രദോഷമനനം

ദൈവികത നമ്മുടെ കാമ്പു തന്നെയാകുന്നു, നമ്മുടെ തനത് സത്ത. അത് നമുക്കുപുറത്തുള്ള വല്ലതുമല്ല. അത് നമ്മുടെ ആന്തരികമായ അകക്കാമ്പ് തന്നെയാകുന്നു, നമ്മുടെ ആന്തരികത്വം. നമ്മൾ അതിനുവേണ്ടി ആരായുകയോ അന്വേഷണം നടത്തുകയോ വേണ്ടതില്ല. ഇതുമാത്രം ഓർത്തിരിക്കുക: നമ്മൾ അത് മറന്നുപോയിരിക്കുന്നു. നമ്മുടെ ദൈവികത നഷ്ടമായിട്ടില്ല, നാം ആരെന്ന് നാം മറന്നു പോയിരിക്കുന്നുവെന്ന് മാത്രമേയുള്ളൂ.

പ്രഭാതമനനം

അസ്തിത്വത്തോട് സമർപ്പിതനാകുമ്പോൾ നിങ്ങൾ വിജയിയാകുന്നു: ഉടനടി നിങ്ങൾ മുടിചൂടിയവനാകുന്നു.

ഒരുവന് തന്റെ സ്വന്തം ഇച്ഛ ഉണ്ടായിരിക്കുകയെന്നത് അഹംബോധപരമാണ്; തനിക്ക് ദൈവേച്ഛ വന്നുഭവിക്കുവാൻ അനുവദിക്കുക എന്നതാണ് സമർപ്പണം. ദൈവത്തോടൊപ്പവും ദൈവത്തിലും വർത്തിക്കുക എന്നത് വിജയംവരിക്കലാകുന്നു. ഇതിനേക്കാൾ വലിയ മറ്റു യാതൊരു വിജയവും ഉണ്ടാകുവാൻ സാധ്യമല്ല.

പ്രദോഷമനനം

മനുഷ്യന് അസ്തിത്വത്തിന്റെ ആതിഥേയനാകുവാനുള്ള, അസ്തിത്വത്തിന് വസതിയാകുവാനുള്ള ശേഷിയുണ്ട്. അസ്തിത്വത്തിന്റെ വസതിയും ആതിഥേയനും ആയിത്തീരാത്തിടത്തോളം ഒരുവൻ സാഫല്യം ഇല്ലാതെ നിലകൊള്ളുന്നു. അസ്തിത്വത്തെ ഉള്ളിൽ അനുവദിക്കാതിരിക്കുമ്പോൾ, അവൻ ആഴത്തിലുള്ള നൈരാശ്യത്തിലേക്ക് പതിക്കും, കാരണം അസ്തിത്വം നമ്മുടെ സത്തയിൽ പ്രവേശിക്കുന്ന നിമിഷം, നമ്മൾ അസ്തിത്വമായിത്തീരുന്നു. അതാണ് നമ്മുടെ ആത്യന്തികനിയോഗം. ഈ സാഫല്യത്തോടുകൂടി മാത്രമേ സംതൃപ്തി ഉണ്ടാകുന്നുള്ളൂ. സാക്ഷാത്ക്കാരത്തിന്റെ ആനന്ദമുണ്ടാകുന്നുള്ളൂ.

പ്രഭാതമനനം

സൗന്ദര്യത്തിലൂടെ, എല്ലാറ്റിന്റെയും സൗന്ദര്യത്തിലൂടെ ദൈവത്തെ ആരായുക. അതായിരിക്കട്ടെ നിങ്ങളുടെ അന്വേഷണം. സൗന്ദര്യത്തെ ആരാധിക്കുക, സൗന്ദര്യത്തിൽ ആഹ്ലാദം കൊള്ളുക. സൗന്ദര്യത്തെ ആരാധിക്കുകയും സൗന്ദര്യത്തിൽ ആഹ്ലാദം കൊള്ളുകയും ചെയ്യുമ്പോൾ, നിങ്ങൾ സുന്ദരനാകുവാൻ തുടങ്ങുകയും ചെയ്യുന്നു..... സത്യവും നന്മയും അതിനെ അനുഗമിച്ചു കൊള്ളും. ആ ത്രിത്വത്തിൽ ഒന്നിനെ സാക്ഷാത്ക്കരിക്കുവാൻ ഒരുവന് കഴിഞ്ഞാൽ മറ്റു രണ്ടും സ്വയമേവ അവനിലേയ്ക്ക് വന്നു ചേരുന്നു.

പ്രദോഷമനനം

നാം അസ്തിത്വത്തോട് വളരെ അടുത്താണ് വർത്തിക്കുന്നത്, എന്നാൽ സമാന്തരരേഖകൾ പോലെയാണ് നാം നീങ്ങിക്കൊണ്ടിരിക്കുന്നത്, ഒരിക്കലും കൂട്ടിമുട്ടാതെ. ഭൂതത്തിലേക്കും ഭാവിയിലേക്കുമുള്ള നമ്മുടെ സഞ്ചാരം ഒരിക്കൽ നാം നിർത്തിയാൽ, ആ സമാന്തരരേഖകൾ തമ്മിൽ അടുത്തടുത്ത് വരാൻ തുടങ്ങുന്നു, ഒരു ദിനം പൊടുന്നനെ അവിടെ ഒരു രേഖ മാത്രമേ ഉള്ളൂ: രണ്ട് രേഖകൾ അപ്രത്യക്ഷമായിരിക്കുന്നു. അതാണ് മഹത്തായ സന്തോഷത്തിന്റെ നിമിഷം, മഹത്തായ ആശീർവാദത്തിന്റെ നിമിഷം. അതാണ് എല്ലാവരും അന്വേഷിച്ചുകൊണ്ടിരിക്കുന്നത്, കൊതിച്ചുകൊണ്ടിരിക്കുന്നത്. ആളുകൾക്കത് നഷ്ടപ്പെട്ടു കൊണ്ടേയിരിക്കുന്നതിനാൽ, അവർ ദുഃഖിതരായിത്തീരുന്നു. സന്നദ്ധനാവുക. സന്നദ്ധനാകുവാനുള്ള ഒരേയൊരു മാർഗ്ഗം വർത്തമാനത്തിൽ ജീവിക്കലുമാകുന്നു. അങ്ങനെ നിങ്ങൾ അസ്തിത്വത്തിന് വസതിയായിത്തീരും. അതാണ് ജീവിതത്തിന്റെ സാഫല്യം.

പ്രഭാതമനനം

കൂടുതൽ പ്രേമപൂർണ്ണനും കൂടുതൽ നിശ്ശബ്ദനും ആയിത്തീരുക. അതൊരു ദുഷ്ക്കരമായ ജോലിയാകുന്നു! മറ്റുള്ളവരോട് പ്രേമപൂർണ്ണനായി വർത്തിക്കുക, തനിച്ചായിരിക്കുമ്പോൾ നിശ്ശബ്ദനും ആവുക. മൗനത്തിൽ ഇരിക്കുവാൻ തുടങ്ങുക. സമയം കിട്ടുമ്പോഴെല്ലാം കേവലം കണ്ണുകൾ അടച്ചുകൊണ്ട്, യാതൊന്നും ചെയ്യാതെ നിശ്ശബ്ദനായിരിക്കുക. എനിക്കറിയാം, ഇത് വളരെ ശ്രമകരമായ ഒരു പ്രതിഭാസമായിത്തീരുവാൻ പോവുകയാണ്. എങ്കിലും ഒരു ദിവസം അതു തുടങ്ങിക്കഴിഞ്ഞാൽ നിങ്ങൾക്കത് മുന്നോട്ടു കൊണ്ടുപോകുവാൻ കഴിയും.

ഈ രണ്ട് കാര്യങ്ങളും വളരെയധികം പ്രാധാന്യമുള്ളവയാണ്: മറ്റുള്ളവർക്കുവേണ്ടി പ്രേമമെന്ന വരദാനവും തനിക്കുവേണ്ടി നിശ്ശബ്ദതയെന്ന വരദാനവും. അത് നിങ്ങൾക്ക് മഹത്തായ ആഹ്ലാദം കൊണ്ടുവരുന്നു. ഒരു ദിനം അത് ദൈവത്തെ നിങ്ങളുടെ പടിവാതിൽക്കലേയ്ക്ക് കൊണ്ടുവരികയും ചെയ്യുന്നു.

പ്രദോഷമനനം

അസ്തിത്വം മാത്രമാണ് നമ്മുടെ സുരക്ഷ. പണമോ പ്രതാപമോ അധികാരമോ ഒന്നുംതന്നെ സുരക്ഷിതമല്ല. കുടുംബം, സുഹൃത്തുക്കൾ, ജീവിതം തന്നെയും സുരക്ഷിതമല്ല. നമ്മൾ അരക്ഷിതത്വ ത്താൽ ചൂഴപ്പെട്ടുനിൽക്കുന്നു. സുരക്ഷിതമായ ഒരേ യൊരു കാര്യമേ ഉള്ളൂ. ആ കാര്യം പുറത്ത് ഒരിടത്തും കണ്ടെത്തുവാനും സാധ്യമല്ല. ആ ഒരു കാര്യം ആന്ത രികമായ അകക്കാമ്പിൽ മാത്രമേ കണ്ടെത്തുവാൻ കഴിയൂ. ദൈവം അവിടെയാണ് വസിക്കുന്നത്. അതാ ണ് ദൈവത്തിന്റെ വാസസ്ഥാനം - നിങ്ങളുടെ ഹൃദ യങ്ങളുടെ ഹൃദയം!

ഉള്ളിലെ ദൈവത്തിനെ അറിയുക എന്നത് എല്ലാ സുരക്ഷകൾക്കും അപ്പുറം പോകലാകുന്നു. അപ്പോൾ എല്ലാം സംരക്ഷിതവും സുരക്ഷിതവുമാകുന്നു. ദുഃഖം സ്വാഭാവികമായും അപ്രത്യക്ഷമാകുന്നു, ഉൽക്കണ്ഠ അപ്രത്യക്ഷമാകുന്നു. മഹത്തായ ആനന്ദം ഉയർന്നു വരികയും ചെയ്യുന്നു. ആ പരമാനന്ദമാണ് നിങ്ങളുടെ സത്തയുടെ അത്യഗാധമായ അഭിവാഞ്ഛ.

21

പ്രഭാതമനനം

അനുഗ്രഹിക്കപ്പെട്ടവൻ, അസ്തിത്വത്തിന് ഒരു അനുഗ്രഹമായിട്ടുള്ളവൻ ആകുന്നു. ഒരുവൻ അസ്തിത്വത്തിന് ഒരു അനുഗ്രഹമായിരിക്കാത്തിടത്തോളം അവന് അനുഗൃഹീതനാകുവാൻ സാദ്ധ്യമല്ല. നാം അതിന് അർഹനാകേണ്ടതുണ്ട്, നാം അതിന് യോഗ്യനായിരിക്കണം. അതിന് യോഗ്യനാകുവാനുള്ള ഒരേയൊരു മാർഗ്ഗം, അസ്തിത്വത്തോടുള്ള പ്രേമത്തിൽ സ്വയം നഷ്ടമാവുകയാണ്.

മതം എന്നാൽ അസ്തിത്വവുമായുള്ള ഒരു പ്രണയബന്ധമല്ലാതെ മറ്റൊന്നുമല്ല. അതൊരു അനുഷ്ഠാനമല്ല. അതിന് അമ്പലങ്ങളുമായോ പള്ളികളുമായോ യാതൊരു ബന്ധവുമില്ല, വേദങ്ങളുമായോ, ഖുറാനുമായോ, ബൈബിളുമായോ ഒരു ബന്ധവുമില്ല. അതിന് തികച്ചും വ്യത്യസ്തമായ ഒരു അർത്ഥമാണുള്ളത്: നിങ്ങൾ അസ്തിത്വവുമായി ദാമ്പത്യബന്ധത്തിലായിത്തീരുന്നു. നിങ്ങൾ നക്ഷത്രങ്ങളും വൃക്ഷങ്ങളും പർവ്വതങ്ങളും കാർമേഘങ്ങളുമൊക്കെയായി പ്രണയത്തിലായിത്തീരുന്നു, കാരണം ഇവയെല്ലാം ദൈവത്തിന്റെ വിഭിന്നങ്ങളായ ഇടങ്ങളാകുന്നു. മനുഷ്യരുമായും മൃഗങ്ങളുമായും നിങ്ങൾ പ്രണയത്തിലായിരിക്കുന്നു - നിങ്ങൾ ഉള്ളതായിരിക്കുന്ന എല്ലാത്തിനോടും കേവലം പ്രണയത്തിലായിരിക്കുന്നു.

അത് സാധ്യമാകുമെങ്കിൽ, മഹത്തായ ആശീർവാദം സംഭവിക്കുന്നു, അതീതത്തിൽ നിന്നുള്ള അതിമഹത്തായ ആനന്ദവർഷം. നിങ്ങൾ പരമാനന്ദത്തിൽ മുങ്ങിക്കുളിക്കുന്നു.

21

പ്രദോഷമനനം

ഈ രഹസ്യം അറിയുന്നതിലൂടെയാണ് വിജയം. അറിയാൻ യോഗ്യമായി ഒരു രഹസ്യമേ ഉള്ളുതാനും. അത് നിങ്ങളുടെ സ്വന്തം ഉള്ളിന്റെയുള്ളിലെ ഉണ്മയാകുന്നു. അതാണ് ഏറ്റവും രഹസ്യമായ സ്ഥലം. ആളുകൾ അതിവിദൂരങ്ങളിൽ വിശാലമായി സഞ്ചരിച്ചു കൊണ്ടിരിക്കുന്നു; അതിന് വലിയ പ്രയാസമില്ല. മനുഷ്യൻ ചന്ദ്രനിൽ എത്തിയിരിക്കുന്നു – ഇത് വളരെ എളുപ്പം. എന്നാൽ അവനവന്റെ സ്വന്തം കേന്ദ്രത്തിൽ എത്തിച്ചേരുക അതീവദുഷ്ക്കരമാണ്. രഹസ്യങ്ങളുടെ രഹസ്യം ഒളിഞ്ഞിരിക്കുന്നതും അവിടെയാണ്, എല്ലാ നിഗൂഢതകളുടെയും പൂട്ടുതുറക്കുവാൻ കഴിയുന്ന ആ മണിത്താക്കോൽ. ഒരു സന്യാസിയായിരിക്കുന്നതിലൂടെ നിങ്ങൾ ആത്മസാക്ഷാൽക്കാരത്തിന്റെ പാതയിലേയ്ക്ക് പ്രവേശിക്കുകയാണ്. അത് ഇപ്പോൾത്തന്നെ അവിടെയുണ്ട്, നാം അത് കണ്ടെത്തുകയേ വേണ്ടൂ. അനാവശ്യമായ അൽപ്പം ചിലകാര്യങ്ങൾ നീക്കി മറ്റേണ്ടതുണ്ട് എന്ന് മാത്രം, ചില തിരശ്ശീലകൾ. അപ്പോൾ പൊടുന്നനെ നമ്മൾ ദൈവത്തിന്റെ തിരുമുമ്പിൽ മുഖാമുഖം നിൽക്കുന്നു. രഹസ്യമെന്തന്നാൽ, നമ്മൾ ദേവന്മാർ ആകുന്നു, നമ്മൾ യാചകരായിത്തീർന്നിരിക്കുന്നു എന്നതാണ് സങ്കടകരമായ കാര്യം.

പ്രഭാതമനനം

അസ്തിത്വത്തിന് മുമ്പിൽ സമർപ്പണം ചെയ്യുക. സമർപ്പണം ചെയ്യൽ സുന്ദരമാണ്. അത് നിങ്ങളെ സുന്ദരമാക്കിത്തീർക്കുന്നു. കാരണം അത് നിങ്ങളിലേയ്ക്ക് ഒരു ദിവ്യസൗന്ദര്യത്തെ കൊണ്ടുവരുന്നു. എന്തുകൊണ്ടെന്നാൽ അത് മഹത്തായ ഒരുസന്ദർഭമായിത്തീരുകയാണ്, ദൈവം ആയിരമായിരം അനുഗ്രഹാശിസ്സുകൾ നിങ്ങൾക്കുമേൽ ചൊരിയുവാൻ തുടങ്ങുന്നു.

എപ്പോഴും സമരോത്സുകമായ ഒരു മനോഭാവത്തിലിരിക്കുന്നയാൾ അടഞ്ഞാണ് നിലകൊള്ളുന്നത്. വിശ്രാന്തനായി, അയത്നനായി ഇരിക്കുന്ന, അസ്തിത്വത്തോട് യാതൊരു ശത്രുതയുമില്ലാത്ത, ഒരാളെയും ഒരു വസ്തുവിനെയും ഒരു തരത്തിലും കീഴടക്കുവാനുള്ള ശ്രമത്തിലല്ലാത്ത ഒരു വ്യക്തി എപ്പോഴും ദൈവത്തിന് സുലഭ്യനായിരിക്കുന്നു.

അയാളുടെ വാതായനങ്ങളും ജാലകങ്ങളും എല്ലാം തുറന്നു തന്നെ ഇരിക്കുന്നു: കാറ്റിന് കടന്നുവരാം, മഴയ്ക്ക് കടന്നുവരാം, വെയിലിന് കടന്നുവരാം, ദൈവത്തിന് അകത്ത് പ്രവേശിക്കാം. ഇവ ദൈവത്തിന്റെ വഴികളാണ്: ചിലപ്പോൾ അവൻ കാറ്റായി വരുന്നു; ചിലപ്പോൾ മഴയായും, ചിലപ്പോൾ വെയിലായും. ഇവ നിങ്ങളിലേക്ക് വരുന്നതിനുള്ള അവന്റെ വഴികളാണ്. അവൻ ഒരിക്കലും ദൈവമായി വരുന്നില്ല- അവൻ ഒരു വ്യക്തിയല്ല. നിങ്ങൾ അവനെ ഒരിക്കലും ഒരു വ്യക്തിയായി കണ്ടുമുട്ടുകയില്ല. എപ്പോഴും അവനെ കണ്ടുമുട്ടുന്നത് ഒരു പ്രകൃതിസഹജകമായ ഊർജ്ജമായിട്ടാണ്. ഒരു പുഷ്പം നിങ്ങളെ നോക്കി പുഞ്ചിരിതൂകുന്നത് ദൈവം നിങ്ങളോട് ഹലോ പറയുന്നതാണ്! നക്ഷത്രങ്ങൾ നിറഞ്ഞ ആകാശം.... ദൈവം കേവലം നിങ്ങൾക്ക് മുകളിൽ ചുറ്റിപ്പറക്കു

കയാണ്, നിങ്ങളെ ആലിംഗനം ചെയ്യുവാൻ സന്നദ്ധ നായി!

പക്ഷെ നിങ്ങൾ പോരടിക്കുന്നത് നിർത്തുകയാണെങ്കിൽ മാത്രമേ അവന് നിങ്ങളെ ആലിംഗനം ചെയ്യുവാൻ കഴിയൂ, ഉമ്മ വെയ്ക്കുവാൻ കഴിയൂ. അല്ലാത്തപക്ഷം ആ സമരം നിങ്ങളെ അതിൽ അത്ര മാത്രം വ്യാപൃതനാക്കുന്നു. അതിനാൽ ദൈവവുമായി ഒരു പ്രണയസ്പർശവും നടത്തുവാനുള്ള സമയം ബാക്കിയുണ്ടാകുന്നില്ല.

സന്യാസി ദൈവവുമായി ഒരു പ്രണയജീവിതം നയിക്കേണ്ടതുണ്ട്. അതൊരു പ്രണയബന്ധമാണ്. അതിനുവേണ്ടി മഹത്തായ വിശ്രമം, വിശ്രാന്തി, സ്വസ്ഥത ആവശ്യമുണ്ട്; അത് മാത്രമാണ് ഒരേയൊരു ആവശ്യകത.

22

പ്രദോഷമനനം

ഒന്നാമതായി ഓർമ്മിക്കേണ്ട കാര്യം, ജീവിതം നമുക്ക് നൽകപ്പെട്ടതാണ്, അത് നമ്മൾ നേടിയെടുത്തതല്ല. വാസ്തവത്തിൽ, നാം അത് അർഹിക്കുന്നേയില്ല. അസ്തിത്വത്തിന്റെ അതിവിചിത്രമായ ഒരു നിയമമത്രേ ഇത്: അർഹിക്കുന്നവർ -ഒരു ബുദ്ധൻ, ഒരു ക്രിസ്തു - ജീവിതത്തിൽ നിന്ന് അപ്രത്യക്ഷരാവുകയും അർഹിക്കാത്തവർക്ക് വീണ്ടും വീണ്ടും അത് ലഭിക്കുകയും ചെയ്തുകൊണ്ടിരിക്കുന്നു. ഒരിക്കൽ നിങ്ങൾ അതിന് അർഹതപ്പെട്ടു കഴിഞ്ഞാൽ നിങ്ങൾ ആത്യന്തികത്തിലേയ്ക്ക് അപ്രത്യക്ഷമാകുവാൻ സന്നദ്ധനാകുന്നു. നിങ്ങൾ അത് അർഹിക്കുന്നില്ലെങ്കിൽ, നിങ്ങൾക്ക് തിരിച്ച് വരേണ്ടതായും വരുന്നു.

ഓർമ്മിക്കേണ്ട രണ്ടാമത്തെ കാര്യം ആത്മാവിന്റെ ശക്തിയാണ്. അതും നിങ്ങളുടേതായ ഒന്നല്ല, അത് നിങ്ങളിലെ ദൈവത്തിന്റെ നിരന്തരപ്രവാഹമാകുന്നു.

ഓരോ നിമിഷവും നിങ്ങളവനെ ശ്വസിച്ചുകൊണ്ടിരിക്കുന്നു, തീർച്ചയായും അബോധപൂർവ്വം. നിങ്ങൾ അതിശയപ്പെട്ടുപോകും: നാം ഭക്ഷിക്കുന്നത് ദൈവത്തെയാണ്, നാം ശ്വസിക്കുന്നത് ദൈവത്തെയാണ്- ദൈവമല്ലാതെ മറ്റൊന്നുമല്ല. അവനാണ് നമ്മുടെ പോഷണം. അവനാണ് നമ്മുടെ വേരുകൾ, നമ്മുടെ ശിഖരങ്ങൾ, നമ്മുടെ പച്ചിലപ്പടർപ്പ്, ആ പുഷ്പങ്ങളും ഫലങ്ങളും. അവൻ എല്ലാമാകുന്നു. നാം ഒന്നുമല്ലതാനും.

പ്രഭാതമനനം

പറുദീസ മറ്റെവിടെയോ അല്ല. പറുദീസ എന്നത് ഭൂമിശാസ്ത്രപരമല്ല. അത് മേഘങ്ങൾക്ക് മുകളിൽ ശൂന്യകാശത്തിൽ അല്ല; അത് നിങ്ങളുടെ ഉള്ളിലാണ്. കൂടാതെ, അത് മറ്റൊരു കാലത്തോ, മരണാനന്തര മോ അല്ല. അത് ഇപ്പോൾ തന്നെ നിങ്ങളിൽ ഉണ്ട്; നിങ്ങൾ അതിനാൽ നിർമ്മിതമാണ്, മറ്റെവിടെയെ ങ്കിലും അത് അന്വേഷിച്ചു പോകേണ്ട ആവശ്യമില്ല.

ആവശ്യമായ കാര്യം, ഒരുവൻ വിശ്രാന്തനാവു കയും തന്നിൽത്തന്നെ വർത്തിക്കുകയും ചെയ്യൽ ആണ്, സ്വന്തം സത്തയിലേയ്ക്ക് ആഴത്തിൽ മുങ്ങി ത്താഴുക, ലോകം മുഴുവനും ആ നിമിഷത്തിൽ നിലനിൽക്കുന്നില്ല എന്ന പോലെ, അങ്ങനെ നിങ്ങ ളുടെ അവബോധം മാത്രമാണ് നിലനിൽക്കുന്നത് എന്നപോലെ അത്രയും ആഴത്തിൽ തന്നിലേയ്ക്ക് മുങ്ങിത്താഴുക. അസ്തിത്വമാകെ നിലവിലില്ലാതാ യിത്തീരുന്നു. കേവലം നിങ്ങളുടെ ജീവിതം മാത്രം. അതിന്റെ വിശുദ്ധി.... കാരണം അത് യാതൊന്നി നാലും മലിനീകരിക്കപ്പെടുന്നില്ല.... നിങ്ങളുടെ ദർപ്പ ണത്തിൽ യാതൊന്നും പ്രതിഫലിക്കുന്നില്ല. നിങ്ങ ളുടെ അവബോധം യാതൊരു അലയിളക്കവും കൂടാതെ, യാതൊരു തിരമാലകളും കൂടാതെ കേവലം ശുദ്ധമായിരിക്കുന്നു. ആ നിമിഷത്തിൽ എന്താണ് പറുദീസ എന്ന് ഒരുവൻ അറിയുവാൻ ഇടയാകുന്നു.

നമുക്കത് മറ്റെവിടെയോ നഷ്ടപ്പെട്ടുപോയിട്ടില്ല. നാം പറുദീസയിൽ നിന്ന് പുറത്താക്കപ്പെട്ടവരല്ല. അത് ഇപ്പോൾത്തന്നെ, നമ്മുടെ ഉള്ളിൽ നിലനിൽക്കു ന്നുണ്ട്, അത് എന്നും നമ്മുടെ ഉള്ളിൽ നിലനിന്നി ട്ടുണ്ട്. എന്നാൽ നാം ഒരിക്കലും നമ്മുടെ ഉള്ളിലേയ് ക്ക് നോക്കുന്നില്ല. നാം പുറത്തേയ്ക്കുതന്നെ നോക്കി ക്കൊണ്ടിരിക്കുന്നു, അതിനാൽ നമുക്ക് നമ്മുടെ തന്നെ നിധികുംഭങ്ങൾ, നമ്മുടെ സ്വന്തം ദൈവരാജ്യം നഷ്ടമായിക്കൊണ്ടേയിരിക്കുന്നു.

പ്രദോഷമനനം

ജീവിതത്തിൽ ഏറ്റവും വിഷമകരമായ കാര്യം ഒരു വരദാനം സ്വീകരിക്കൽ ആണ്. കാരണം അത് നമ്മുടെ അഹംബോധത്തിന് എതിരായിരിക്കുന്നു. ദാനം ചെയ്യുന്നത് കൂടുതൽ എളുപ്പമാണ്, വളരെ വളരെ എളുപ്പം. എന്നാൽ സ്വീകരിക്കൽ വളരെ പ്രയാസകരമാണ്. അതും നിങ്ങൾ അർഹിക്കാതിരിക്കുമ്പോൾ സ്വീകരിക്കുന്നത് - അപ്പോൾ അത് കുറേക്കൂടി പ്രയാസകരമായിരിക്കും. നാം അർഹരല്ലതാനും-നാം അത് നേടിയിട്ടില്ല. പരമാനന്ദത്തിന് നാം അർഹരല്ല. എന്നാൽ അസ്തിത്വം നൽകിക്കൊണ്ടേയിരിക്കുന്നു. നാം അർഹരായതുകൊണ്ടല്ല, മറിച്ച് അതിന്റെ കൈവശം അത്രയും സമൃദ്ധമായി ഉള്ളതുകൊണ്ട്. നിങ്ങൾ അതിന്റെ പരമാനന്ദം സ്വീകരിക്കുന്ന നിമിഷം, അത് നിങ്ങളോട് കൃതജ്ഞതാഭരിതമായിത്തീരുന്നു. നിങ്ങൾ അതിന്റെ ഭാരം ഒഴിവാക്കിയിരിക്കുന്നു, അതിന്റെ സത്തയിൽ നിന്ന് ഒരൽപ്പം ഭാരം നിങ്ങൾ ഏറ്റെടുത്തിരിക്കുന്നു.

പക്ഷെ ഓർക്കുക, ഒരു ദാനം സ്വീകരിക്കുക എന്നത് വളരെ ബുദ്ധിമുട്ടുള്ള ഒരു കാര്യമാണ്. അതു ഒരു അവമതിയായി അനുഭവപ്പെടുന്നു. ഒരുവന് ഒരൽപ്പം അമ്പരപ്പുണ്ടാകുന്നു. ഒരു സന്യാസി, വലിയ ആഹ്ലാദത്തോടെയും ആഘോഷത്തോടെയും ഒരു പാരിതോഷികം സ്വീകരിക്കുന്നതെങ്ങനെ എന്ന് പഠിക്കേണ്ടിയിരിക്കുന്നു, എന്തുകൊണ്ടെന്നാൽ നിങ്ങൾ എത്രമാത്രം സ്വീകരണാത്മകനായിത്തീരുന്നുവോ, അത്രകണ്ട് നിങ്ങൾക്ക് നല്കപ്പെടുകയും ചെയ്യും. നിങ്ങൾ സമ്പൂർണ്ണമായും സ്വീകരണാത്മകനാവുകയാണെങ്കിൽ, സ്വർഗ്ഗത്തിന് മുഴുവനും ഈ നിമിഷത്തിൽത്തന്നെ, ഇപ്പോൾ ഇവിടെ തന്നെ ഇറങ്ങിവരാൻ കഴിയും. നിങ്ങളുടെ ഭാഗത്തുനിന്നു വേണ്ടത് തികച്ചും തുറന്നും സന്നദ്ധമായും വർത്തിക്കുക എന്നത് മാത്രമാണ്.

പ്രഭാതമനനം

മനുഷ്യൻ ജനിക്കുന്നത് ഒരു ത്വരയായിട്ടാണ്. മനുഷ്യൻ ഒരു പൂർണ്ണസത്തയായിട്ടല്ല ജനിച്ചു വീഴുന്നത്. ഒരു പട്ടി പൂർണ്ണനായിട്ടാണ് ജനിക്കുന്നത്. ഒരു വൃക്ഷം, ഒരു പാറ – മനുഷ്യനൊഴികെ അസ്തിത്വം മുഴുവനും – അവയുടെയെല്ലാം കാര്യത്തിൽ സമാനമായ ഒരു കാര്യമുണ്ട്: അവയെല്ലാം പൂർണ്ണരാണ്. മനുഷ്യൻ മാത്രമാണ് അപൂർണ്ണൻ; അതിനാൽ മനുഷ്യന് ഒരു തുറന്നയിടമുണ്ട്. മറ്റുള്ളതെല്ലാം അടഞ്ഞതാണ്. ഒരു റോസാപ്പൂ, ഒരു റോസാപ്പൂവാണ്, ഒരു റോസാപ്പൂമാത്രമാണ്. എന്നാൽ ഒരു മനുഷ്യൻ ഒരു ആയിരത്തൊന്ന് കാര്യങ്ങളാകാം. ഒരു മനുഷ്യന് ഒരു യൂദാസാകാം, ഒരു യേശുവാകാം. എല്ലാ സാധ്യതകളും അവനുമുന്നിൽ തുറന്നിരിക്കുന്നു, വിഭിന്നങ്ങളായ അനേകം സാധ്യതകൾ അവന് ലഭ്യമാണ്.

അതുകൊണ്ട് തങ്ങളുടെ ജീവിതം പൂർവ്വനിർണ്ണീതമാണെന്നുകരുതുന്നവർക്ക് ആ സാധ്യതയത്രയും നഷ്ടമാകുന്നു. ജീവിതം ഒരു അന്വേഷണമാണ്. അതൊരു ത്വരയാകുന്നു; എങ്ങനെ സമ്പൂർണ്ണനാകുവാൻ കഴിയും, എങ്ങനെ സമഗ്രനാകുവാൻ കഴിയും എന്നുള്ള ഒരു അന്വേഷണം. ഇതാണ് മനുഷ്യന്റെ അന്തസ്സ്, അവന്റെ അദ്വിതീയത: കാരണം അവൻ പൂർണ്ണനല്ലാത്തതിനാൽ അവന് വളരുവാൻ കഴിയും; അവൻ ഇതുവരെ മുഴുവനായിട്ടില്ലാത്തതിനാൽ അവന് പ്രഫുല്ലനം സാധ്യമാണ്; അവന് പഠിക്കുവാൻ കഴിയും, 'ആയിത്തീരുവാൻ' കഴിയും. മനുഷ്യൻ വളരുന്നു, പരിണമിക്കുന്നു. മനുഷ്യൻ ഒരു ത്വരയാകുന്നു. മനുഷ്യൻ ഒരു സത്തയല്ല, മറിച്ച് ഒരു ആയിത്തീരലാകുന്നു, ഒരു അന്വേഷണം. അതാണ് അവന്റെ സൗന്ദര്യം, അവന്റെ മഹിമ, ദൈവത്തിൽ നിന്നുള്ള വരദാനം.

പ്രദോഷമനനം

എക്കാലത്തും ജീവിച്ചിരുന്നിട്ടുള്ള എല്ലാ ഗുരുക്കന്മാരും പ്രഖ്യാപിച്ചിട്ടുണ്ട്, ഏവരും ജനിക്കുന്നത് ഒരു ദൈവികരാജാവായിട്ടാണ്; എങ്കിലും ആ സത്യത്തെക്കുറിച്ച് അവൻ അങ്ങേയറ്റം അബോധവാനാണ് എന്ന്. നമ്മുടെ സ്വന്തം ആന്തരികലോകത്തെക്കുറിച്ചറിയാതെ, നാം നമ്മുടെ രാജ്യത്തെക്കുറിച്ച് അബോധവാന്മാരായി നിലകൊള്ളുന്നു. നമ്മുടേതായ, എന്നെന്നേക്കുമായി നമ്മുടേതായ രാജ്യത്തെക്കുറിച്ച് നാം അബോധവാന്മാരായിരിക്കുന്നതുമൂലം നാം കൊച്ചുകൊച്ചു കാര്യങ്ങൾ മോഹിച്ചുകൊണ്ടിരിക്കുന്നു, കൊച്ചുകൊച്ചു കാര്യങ്ങൾക്ക് വേണ്ടി യാചിച്ചുകൊണ്ടിരിക്കുന്നു.

നാം യാചകരാണെന്ന് സ്വപ്നം കണ്ടുകൊണ്ടിരിക്കുകയാണ് നാം. ഒരുവൻ ഉണർന്നെഴുന്നേൽക്കുന്നതോടെ അവൻ ഒരു മഹാവിസ്മയത്തിൽ അകപ്പെടുന്നു: താനൊരു യാചകനല്ല, ഒരു രാജാവാണ് എന്നവൻ കണ്ടെത്തുന്നു.

അതാണ് ധ്യാനത്തിന്റെ മുഴുവൻ ഉദ്ദേശ്യവും - നിങ്ങളെ നിങ്ങളുടെ രാജ്യത്തെക്കുറിച്ച് ബോധവാനാക്കുക, നിങ്ങളെ നിങ്ങളുടെ അത്യുന്നതമായ സാദ്ധ്യതാശേഷിയെക്കുറിച്ച് ബോധവാനാക്കിത്തീർക്കുക. അങ്ങനെ നിങ്ങൾ ബോധവാനായിത്തീരുവാൻ തുടങ്ങിയാൽ, പിന്നീട് യാത്ര ദുർഘടമല്ല. ഒരല്പം ഉണർച്ച, പിന്നെ നിദ്ര ഏതാണ്ട് പൊയ്മറയുന്നു. അതിനുശേഷം കൂടുതൽ എളുപ്പമായിത്തീരുന്നു. എന്നാൽ നിങ്ങൾ ഉണരുന്നില്ലെങ്കിൽ അത് ഒരു യാഥാർത്ഥ്യമാവുക സാധ്യമല്ല, അത് ഒരു സാക്ഷാത്ക്കാരമാകുവാൻ പോകുന്നില്ല.

പ്രഭാതമനനം

ദൈവം എല്ലാവരുടെയും ഹൃദയത്തിൽ സംസാരിച്ചുകൊണ്ടിരിക്കുന്നുണ്ട്, പക്ഷെ നാം നമ്മുടെ തലയിൽ അത്രമാത്രം വ്യാപൃതരായിരിക്കുന്നതുമൂലം നാം ഒരിക്കലും ഉള്ളിന്റെയുള്ളിലെ ആ നിതാന്തമായ, നേരിയ ശബ്ദത്തെ കേൾക്കുന്നില്ല, നാമതിന് ചെവി കൊടുക്കുന്നില്ല. നമ്മുടെ ഉള്ളിൽ വളരെയേറെ കലമ്പലുകൾ, അത്രയേറെ അനാവശ്യശബ്ദകോലാഹലങ്ങൾ നടന്നു കൊണ്ടിരിക്കുന്നു - നമ്മുടെ തലയെ നാം ഒരു ചന്തസ്ഥലമാക്കി മാറ്റിയിരിക്കുന്നു - അതിനാൽ ഹൃദയം നമ്മെ വിളിച്ചുകൊണ്ടിരുന്നിട്ടും നാം അതിനുനേരെ ബധിരനായി നിലകൊള്ളുന്നു. ദൈവം അങ്ങ് അകലെയല്ല, അവൻ വളരെ അടുത്തു തന്നെയാണുള്ളത്. മനസ്സിനെ ഒരൽപ്പം നിശ്ശബ്ദമാക്കുവാൻ, അതിന്റെ ശബ്ദകോലാഹലം അൽപ്പമൊന്നു കുറയ്ക്കുവാൻ, ഒരൽപ്പം കൂടി ശാന്തമാക്കുവാൻ, വിശ്രാന്തമാക്കുവാൻ - അതിനുള്ള കല മാത്രമാണ് ആവശ്യമായിട്ടുള്ളത്.

മനസ്സ് വിശ്രാന്തിയിൽ സ്വസ്ഥമാകുവാൻ തുടങ്ങുന്നതോടെ, പൊടുന്നനെ നിങ്ങൾക്കുള്ളിൽ ഒരു ദിവ്യസംഗീതം നിങ്ങൾ കേൾക്കുവാൻ തുടങ്ങുന്നു. ദൈവം നിങ്ങളുടെ ഹൃദയത്തിലെ സംഗീതോപകരണത്തിൽ, നിങ്ങളുടെ ഹൃദയത്തിന്റെ വീണയിൽ മീട്ടുവാൻ തുടങ്ങുകയാണ് - ആ സംഗീതം പരിവർത്തനാത്മകവുമാണ്. ഒരിക്കൽ അത് കേട്ടുകഴിഞ്ഞാൽ അതൊരിക്കലും വിസ്മരിക്കപ്പെടുകയില്ല; ഒരിക്കൽ അതു കേട്ടു കഴിഞ്ഞാൽ പിന്നെ ജീവിതം ഒരിക്കലും പഴയതുപോലെ ആവുകയില്ല; ഒരിക്കൽ അതു കേട്ടു കഴിഞ്ഞാൽ നിങ്ങൾ അമരമായ അസ്തിത്വത്തിന്റെ ഭാഗമായിത്തീരുന്നു; പിന്നീട് നിങ്ങൾ മർത്ത്യനല്ല.

പ്രദോഷമനനം

അവബോധവാനായി കഴിയുമ്പോൾ നിങ്ങൾ ഒരു രണ്ടാം ജന്മത്തിന് വേണ്ടി അന്വേഷിക്കുവാനും തേടുവാനും തുടങ്ങും. ആ രണ്ടാം ജന്മം സാധ്യമായിത്തീരുന്നത് ധ്യാനത്തിലൂടെ മാത്രമാണുതാനും. ഒന്നാം ജന്മം അമ്മയിലൂടെയാണ്, രണ്ടാം ജന്മം ധ്യാനത്തിലൂടെയും. അതിനാൽ പ്രാചീന ഗ്രന്ഥങ്ങളിൽ ധ്യാനത്തെ യഥാർത്ഥമാതാവ് എന്ന് വിളിക്കപ്പെടുന്നു.

യേശു തന്റെ ശിഷ്യരോട് പറയുന്നു, ''നിങ്ങൾ വീണ്ടും ജനിക്കാത്തിടത്തോളം നിങ്ങൾ ദൈവരാജ്യത്തിലേയ്ക്ക് പ്രവേശിക്കുകയില്ല.'' പൗരസ്ത്യ ദേശത്ത് ദൈവത്തെ സാക്ഷാൽക്കരിച്ചിട്ടുള്ള വ്യക്തിയെ ദ്വിജൻ-രണ്ട് തവണ ജനിച്ചവൻ-എന്നാണ് വിളിക്കുന്നത്. ഈ രണ്ടാംജന്മം ആ സൗരഭ്യം വമിപ്പിക്കുന്നു.

പ്രഭാതമനനം

നമുക്ക് സ്വന്തമായി സ്വയം വിജയിയാകുവാൻ സാധ്യമല്ല. സ്വന്തമായി സ്വയമേവ വിജയിയാകുവാൻ ശ്രമിക്കുകയാണെങ്കിൽ, നാം പരാജയപ്പെടുമെന്നുള്ളത് ഉറപ്പാണ്. നാം പരാജയപ്പെടാൻ വിധിക്കപ്പെട്ടവനായിരിക്കും. ആ പരാജയം തീർത്തും നിശ്ചയിക്കപ്പെട്ടതാണ്, അതനിവാര്യമാണ്. അത് ഒരു കൊച്ചുതിര മുഴുവൻ സമുദ്രത്തിനുമെതിരെ സമരം ചെയ്യുന്നതു പോലെയാണ്: തിര സമുദ്രത്തിന്റേതാണ് - പിന്നെ അതിനെങ്ങനെ സമരം ചെയ്യുവാൻ കഴിയും? ഒരു അംശം പൂർണ്ണതയ്ക്ക് എതിരെ സമരം ചെയ്യുക, ഒരു ഇല താൻ എന്തിന്റെ അംശമാണോ ആ വൃക്ഷത്തോട് പോരടിക്കുക! ഇലയ്ക്ക് വൃക്ഷത്തിന്റെ വിജയത്തിൽ മാത്രമേ വിജയിയാകുവാൻ സാധിക്കുകയുള്ളൂ, വേറിട്ടൊരു വിജയം സാധ്യമല്ല. തിരയ്ക്ക് സമുദ്രത്തിൽ മാത്രമേ വിജയി ആകുവാൻ സാധിക്കുകയുള്ളൂ, അതിനെതിരായോ, അതിനെക്കൂടാതെയോ സാധ്യമല്ല.

മനുഷ്യൻ വിജയിയാകുന്നത് തന്റെ സ്വന്തം ഇച്ഛയ്ക്കൊത്ത് ജീവിക്കുമ്പോഴല്ല, മറിച്ച് ദൈവത്തിന്റെ ഇച്ഛയ്ക്കൊത്ത് ജീവിക്കുമ്പോഴാണ്. നിങ്ങൾ നിങ്ങളുടെ ഇച്ഛയെ ഉപേക്ഷിക്കുന്ന നിമിഷം, നിങ്ങളുടെ അഹംബോധത്തെ, നേട്ടമെന്ന സ്വകാര്യ ആശയത്തെ ഉപേക്ഷിക്കുന്ന നിമിഷം ജീവിതം തികച്ചും വ്യത്യസ്തമായ തലത്തിലൂടെ നീങ്ങുന്നു. അപ്പോൾ ഓരോ ചുവടുവെപ്പും ഒരു വിജയമാകുന്നു; ഓരോ നിമിഷവും നിങ്ങൾ അമർത്യതയോട് കൂടുതൽ കൂടുതൽ അടുത്തുവരികയും ചെയ്യുന്നു.

പ്രദോഷമനനം

പാശ്ചാത്യമായ ധ്യാനം ഒരുതരം ചിന്തിക്കലല്ലാതെ മറ്റൊന്നുമല്ല. ഉന്നതമായ കാര്യങ്ങളെക്കുറിച്ച് ചിന്തിക്കുന്നതിനെ ധ്യാനം എന്ന് അവർ വിളിക്കുന്നു. നിങ്ങൾ ദൈവത്തെ കുറിച്ച് ചിന്തിക്കുമ്പോൾ, ക്രിസ്തുവിനെക്കുറിച്ച് ചിന്തിക്കുമ്പോൾ, പ്രേമത്തെക്കുറിച്ച് ചിന്തിക്കുമ്പോൾ അതിനെ ധ്യാനം എന്നു വിളിക്കുന്നു. പൗരസ്ത്യനാട്ടിൽ ചിന്തിക്കൽ ധ്യാനമേ അല്ല. നിങ്ങൾ ചിന്തിക്കുന്നത് ദൈവത്തെക്കുറിച്ചോ അല്ലെങ്കിൽ ധനത്തെക്കുറിച്ചോ എന്നുള്ളത് പ്രസക്തമേ അല്ല. ഏതു വിഷയത്തെക്കുറിച്ചുമുള്ള ഏതൊരു ചിന്തയും ധ്യാനത്തിന് അലോസരമാണ്. കിഴക്ക്, ധ്യാനമെന്നാൽ ചിന്തയില്ലാത്ത ഒരവസ്ഥ എന്നാണർത്ഥം, കേവലം പരിശുദ്ധമായ സത്ത. അതാണ് ജീവിതത്തിലെ ഏറ്റവും മഹനീയമായ അനുഭവവും - നിങ്ങൾ കേവലം നിലനിൽക്കുക മാത്രം ചെയ്യുമ്പോൾ. യാതൊരു ചിന്തയും നിങ്ങളുടെ സത്തയെ കടന്നുപോകുന്നില്ല. ആ ഗതാഗതമാകെ സ്തംഭിക്കുന്നു, മനസ്സ് അപ്രത്യക്ഷമാകുന്നു. എന്നാൽ അവബോധം അവിടെയുണ്ടായിരിക്കും എന്നെത്തേക്കാളുമേറേ; കാരണം ചിന്തയ്ക്ക് പിന്നിൽ മറഞ്ഞിരുന്നത് എന്തായിരുന്നുവോ, അത് ഇപ്പോൾ അവിടെ മറഞ്ഞിരിക്കുന്നില്ല. ചിന്തകളിൽ വ്യാപൃതമായിരുന്നത് എന്താണോ, അത് ഇപ്പോൾ വ്യാപൃതമായിരിക്കുന്നില്ല. ഊർജ്ജമെല്ലാം ബഹിർഗമിക്കപ്പെടുന്നു. ഒരുവൻ കേവലം ഊർജ്ജത്തിന്റെ ഒരു തടാകമായിരിക്കുന്നു, ഒരു ഓളവും ഉയരാത്തവിധം അത്ര കണ്ട് നിശ്ശബ്ദമായിരിക്കുന്നു. നിശ്ശബ്ദമായ ആ അവബോധതടാകത്തിൽ, ഊർജ്ജതടാകത്തിൽ, അസ്തിത്വം പ്രതിഫലിക്കപ്പെടുന്നു.എന്താണോ ഉള്ളത് അതിനെ നാം അറിയാൻ ഇടവരുന്നു. ആ ഉള്ളതിനെ വിളിക്കപ്പെടുന്ന മറ്റൊരു പേരാണ് ദൈവം.

പ്രഭാതമനനം

വ്യതിരിക്തത എന്ന ആശയം, ''ഞാൻ ലോകത്തിൽ നിന്ന്, അസ്തിത്വത്തിൽ നിന്ന്, വ്യതിരിക്തനാണ്'' എന്ന ആശയം, അതാണ് എല്ലാ ദുഃഖത്തിന്റെയും മൂലകാരണം, എല്ലാ വിദ്വേഷത്തിന്റെയും കാലുഷ്യത്തിന്റെയും ക്ഷോഭത്തിന്റെയും മൂലകാരണം. ഈ നിമിഷം മുതൽ ഓർമ്മയിലിരിക്കട്ടെ, നിങ്ങൾ അസ്തിത്വത്തിൽ നിന്ന് വ്യതിരിക്തനല്ല. ഓർമ്മിക്കുക മാത്രമല്ല, പരീക്ഷിക്കുക കൂടി ചെയ്യുക: ഒരുവൃക്ഷത്തിനടുത്തിരുന്ന്, ആ വൃക്ഷവുമായി ഒന്നായി വർത്തിച്ചുകൊണ്ട്; ഒരു പുഴയിൽ നീന്തി, ആ പുഴയുമായി ഒന്നായിത്തീർന്നുകൊണ്ട്; ഒരാളുടെ കൈപിടിച്ച്, ആ വ്യക്തിയുമായി ഒന്നായി വർത്തിച്ചുകൊണ്ട്. പതുക്കെപ്പതുക്കെ ഒരു പാറയിൽ ഇരുന്ന് ആ പാറയുമായി ഒന്നായിത്തീരുന്നതും, രാത്രിയിൽ അങ്ങകലെയുള്ള ഒരു നക്ഷത്രത്തെ നോക്കി അതുമായി ഒന്നായിത്തീരുന്നതും പരീക്ഷിക്കുക.

പതുക്കെപ്പതുക്കെ, ഒരു വിഷയവുമായി ഉടനടി വിലയം പ്രാപിക്കുന്നതിനുള്ള പാടവം സ്വായത്തമായിത്തീരുന്നു. നിരീക്ഷകൻ നിരീക്ഷിതമായിത്തീരുന്നു, അറിയുന്നവൻ അറിയപ്പെട്ടതായിത്തീരുന്നു. അപ്പോൾ ഒരു റോസാപ്പൂവിനെ നിരീക്ഷിക്കവേ നിങ്ങൾ ഒരു റോസാപ്പൂവായിത്തീരുന്നു. ഒരു വ്യതിരിക്തതയും അവിടെ ഇല്ല. ആ നിമിഷത്തിൽ രണ്ടു കാര്യങ്ങൾ നിങ്ങൾ അറിയാനിടയാകും-പ്രേമവും പരമാനന്ദവും: പരമാനന്ദം നിങ്ങൾക്ക് വേണ്ടിയുള്ളതും പ്രേമം എല്ലാവർക്കുംവേണ്ടിയുള്ളതും.

പ്രദോഷമനനം

ദൈവികതയെ അനുഭവിച്ചറിയുവാൻ ആവശ്യമായിട്ടുള്ള ഒരേയൊരു തയ്യാറെടുപ്പ് മനസ്സിനെ മാറ്റിയെടുക്കുക എന്നതാണ്. ധ്യാനമെന്നാൽ ആകപ്പാടെ അതുതന്നെയാണ്-നിരന്തരം ചറപറ ശബ്ദിച്ചുകൊണ്ടിരിക്കുന്ന ഈ മനസ്സിനെ നിശ്ചലമാക്കുന്ന ഒരു തന്ത്രം; യാതൊരു കാരണവും കൂടാതെ ഇങ്ങനെ പ്രവർത്തിച്ചുകൊണ്ടിരിക്കുന്ന ഈ ഭ്രാന്തൻമനസ്സിനെ നിശ്ചലമാക്കുവാനുള്ള തന്ത്രം. ഒരു കാര്യവുമില്ലാതെ ധൃതിപിടിക്കുന്ന തിരക്കിലാണത്. മനസ്സിനെ നശിപ്പിക്കേണ്ടതാണ് എന്നല്ല ഞാൻ പറയുന്നത്; അതിനെ ഒരു വശത്തേയ്ക്ക് മാറ്റിനിർത്തുക മാത്രമേ വേണ്ടൂ. അങ്ങനെ ആവശ്യമുള്ളപ്പോൾ നിങ്ങൾക്കതിനെ ഉപയോഗിക്കുവാൻ കഴിയും. പോർച്ചിൽ പാർക്ക് ചെയ്യപ്പെട്ട നിങ്ങളുടെ കാറുപോലെയാണത്. അത് ഉപയോഗിക്കണമെന്ന് തോന്നുമ്പോൾ നിങ്ങൾക്കതിനെ പോർച്ചിൽ നിന്ന് പുറത്തെടുക്കാം. അപ്പോൾ നിങ്ങളാണ് അതിന്റെ ഉടമ. എന്നാൽ സാധാരണയായി, സ്ഥിതി നേരെമറിച്ചായിത്തീർന്നിരിക്കുന്നു: കാർ പോർച്ചിലേയ്ക്ക് പോവുകയില്ലാ എന്ന് ശഠിച്ചുകൊണ്ടിരിക്കുന്നു. കാർ പറയുന്നു, ‘‘ഞാൻ നിൽക്കുവാൻ പോകുന്നില്ല; നിങ്ങൾ എന്നോടൊപ്പം ഓടിക്കൊണ്ടിരിക്കണം.’’ അത് നിരന്തരം ഓടിക്കൊണ്ടിരിക്കുകയും ചെയ്യുന്നു, ദിവസത്തിൽ ഇരുപത്തിനാലുമണിക്കൂറും. നിങ്ങൾ ഉറങ്ങിക്കൊണ്ടിരിക്കുമ്പോൾ പോലും മനസ്സ് അനുസ്യൂതം ചലിച്ചുകൊണ്ടിരിക്കുന്നു. സാധാരണഗതിയിൽ, കുട്ടിക്കാലത്ത് അതിന്റെ ആരംഭം കുറിച്ചു കഴിഞ്ഞാൽ മരണത്തിനു മുമ്പ് ഒരിക്കലും

അത് നിലയ്ക്കുന്നില്ല, അപൂർവ്വം ചിലർ ധ്യാനത്തിലേയ്ക്ക് നീങ്ങുവാൻ തുടങ്ങുന്നതുവരെ. ധ്യാനത്തിൽ പ്രവേശിക്കുന്ന അൽപ്പം ചിലരെ സംബന്ധിച്ച് മനസ്സ് നിലയ്ക്കുന്നു. അതോടെ മനസ്സിന്റെ കാർമേഘങ്ങൾക്കു പിന്നിൽ മറഞ്ഞിരിപ്പായിരുന്ന ആ സൂര്യനെക്കുറിച്ച് അവർ ബോധവാന്മാരായിത്തീരുന്നു. ആ പരമപ്രകാശത്തെക്കുറിച്ചുള്ള, ആ പരമമായ സൂര്യനെക്കുറിച്ചുള്ള അവബോധമാണ് ദൈവികമായ ജ്ഞാനം.

പ്രഭാതമനനം

മനുഷ്യൻ തേൻ തുള്ളികൾ പോലുള്ള വചനങ്ങളുടെ ഒരു ബീജമാകുന്നു, എന്നാൽ ഒരു ബീജം മാത്രം - മഹാസിദ്ധി വിശേഷങ്ങളോടുകൂടിയത്, എങ്കിലും ഒന്നും വാസ്തവമായി കഴിഞ്ഞിട്ടില്ലാത്തത്. ഒരു വിത്ത് ഒരു വിത്തായിത്തന്നെ മരിക്കുവാനും സാധ്യതയുണ്ട്. ഒരിക്കലും ഒരു വൃക്ഷമായിത്തീരാതെ, ഒരിക്കലും പുഷ്പീകരണത്തിലെത്താതെ അത് മരിച്ചുപോകുവാനും ഇടയുണ്ട്. മനുഷ്യൻ പ്രകാശത്തിന്റെ വിത്താകുന്നു. എന്നാൽ സാധാരണഗതിയിൽ മനുഷ്യൻ പ്രഫുല്ലനവിധേയനാകുന്നില്ല, മനുഷ്യൻ സ്വയം പ്രകാശിതമാകുന്നില്ല. അതിനുള്ള ഒരേയൊരു കാരണം ആ വിത്തിന്റെ പുറംതോട് ഏറെ കട്ടിയുള്ളതും ജാലകങ്ങളൊന്നുമില്ലാത്തതുമാണ് എന്നുള്ളതാണ്. മനുഷ്യൻ അവനിൽ തന്നെ അടഞ്ഞിരിക്കുന്നു; അതുമൂലമാണ് മനുഷ്യരുടെ മുഖങ്ങളിൽ കാണുന്ന, അവരുടെ കണ്ണുകളിൽ കാണുന്ന ഈ അന്ധകാരം. എന്നാൽ ആ പുറംതോട് പൊട്ടിയ്ക്കുവാൻ കഴിഞ്ഞാൽ - അതിന് സാധിക്കുകയും ചെയ്യും - അപ്പോൾ മഹാപ്രകാശമാണ് പുറത്തുവരുന്നത്. അതൊരു വിസ്ഫോടനമാണ്! ആ വിസ്ഫോടനം ആനന്ദാതിരേകം കൊണ്ടുവരുന്നു. ആ വിസ്ഫോടനം നിങ്ങളിലേയ്ക്ക് നിത്യതയെ കൊണ്ടുവരുന്നു. ആ വിസ്ഫോടനം നിങ്ങളുടെ നിത്യതയെക്കുറിച്ച്, നിങ്ങളുടെ ദൈവികതയെക്കുറിച്ച് നിങ്ങളെ ബോധവാനാക്കുന്നു.

ആ വിത്തിന്റെ പുറംതോട് പൊട്ടിക്കുവാൻ ധ്യാനമല്ലാതെ മറ്റൊരു മാർഗ്ഗമില്ല. ആ തോട് പൊട്ടിക്കുവാൻ കഴിയും; ആ പൊട്ടിപ്പുറത്തുവരൽ സാധ്യമാണ്.

അതുമാത്രമാണ് മനുഷ്യന്റെ ആകെയുള്ള പ്രതീക്ഷയും, കാരണം ആ പൊട്ടി പുറത്തു കടക്കലിലൂടെ മാത്രമേ ദൈവമുണ്ട് എന്ന് നിങ്ങൾ ബോധവാനായിത്തീരുകയുള്ളൂ. അപ്പോൾ ജീവിതത്തിന് അർത്ഥമുണ്ട്, പ്രസക്തിയുണ്ട്, ആകർഷകത്വവും ആശീർവാദവുമുണ്ട്.

പ്രദോഷമനനം

നാം ബാഹ്യത്തിൽ ശ്രദ്ധിച്ചുകൊണ്ടേയിരിക്കുന്നു, അതിനാൽ നമുക്ക് ആന്തരികശബ്ദത്തെ നഷ്ടമായിക്കൊണ്ടേയിരിക്കുകയും ചെയ്യുന്നു. അസ്തിത്വം നിങ്ങളുടെ ആന്തരികമായ അകക്കാമ്പിൽ നിന്നുകൊണ്ട് സംസാരിക്കുന്നു. നാം പുറംപരിധിയിലാണ് ജീവിക്കുന്നത്, മനസ്സിലാണ് ജീവിക്കുന്നത്. മനസ്സാകട്ടെ, അത്രയും ശബ്ദമുഖരിതമായിരിക്കുന്നതിനാൽ അത് നമ്മുടെ ഉള്ളിലെ നിതാന്തമായ, നേരിയ ശബ്ദത്തെ ശ്രവിക്കുവാൻ നമ്മെ അനുവദിക്കുന്നില്ല. ഒരു സാങ്കേതികസഹായി എന്ന നിലയ്ക്ക് മാത്രമേ ഒരു ഗുരുവിന്റെ ആവശ്യമുള്ളൂ. ഗുരു സംസാരിക്കുന്നത്, ശതാബ്ദങ്ങളായി അസ്തിത്വം നിങ്ങളുടെ ഉള്ളിൽ നിന്നുകൊണ്ട് നിങ്ങളോട് സംസാരിക്കുവാൻ ശ്രമിച്ചുകൊണ്ടിരിക്കുന്നത് എന്താണോ, അതുതന്നെയാണ്.

ഗുരുവിനോടൊപ്പം വർത്തിക്കൽ കേവലം ഒരു ദിനം സ്വയം ഉള്ളിലേയ്ക്കു തിരിയുവാനുള്ള തയ്യാറാകൽ മാത്രമാണ്; അങ്ങനെ നിങ്ങൾക്ക് സ്വയം കണ്ണുകൾ അടയ്ക്കുകയും ഉള്ളിലേയ്ക്കു നോക്കുകയും ചെയ്യുവാൻ കഴിയുമാറാകുന്നതിനുവേണ്ടി, അങ്ങനെ നിങ്ങളുടെ അന്ത:കരണം നിങ്ങളോട് മന്ത്രിച്ചുകൊണ്ടിരിക്കുന്നതെന്താണോ, അത് കേൾക്കുവാൻ നിങ്ങൾക്ക് കഴിയുമാറാകുന്നതിനുവേണ്ടി. അന്ത:കരണമാകട്ടെ എപ്പോഴും ശരിയുമാണ്. ബുദ്ധി ശരിയായിരിക്കാം, തെറ്റായിരിക്കാം, അതെപ്പോഴും രണ്ടിലൊന്നാണ്; സംശയം തുടർന്നും നിലനിൽക്കുന്നു. അതൊരിക്കലും നിസ്സംശയം ആകുന്നില്ല. എന്നാൽ അന്ത:കരണം യാതൊരു സംശയവുമില്ലാത്തതാണ്, അത് കേവലം അറിയുന്നു. അന്ത:കരണ പൂർണ്ണനായ വ്യക്തി ഒരിക്കലും പശ്ചാത്തപിക്കേണ്ടി വരുന്നില്ല, കാരണം അയാൾ ഒരിക്കലും തെറ്റായ

യാതൊന്നും ചെയ്യുന്നില്ല; അയാൾക്ക് അതിന് സാധ്യമല്ല. അയാൾ കേവലം തന്റെ ഉള്ളിലെ അസ്തിത്വത്തിന്റെ ശബ്ദത്തെ അനുഗമിക്കുക മാത്രമാണ് ചെയ്യുന്നത്.

പ്രഭാതമനനം

എല്ലാം അനന്തമാകുന്നു, കാരണം എല്ലാം ദൈവികമാകുന്നു. എല്ലാം സീമാതീതമാകുന്നു. കാരണം എല്ലാം ദൈവപ്രകൃതിയിൽ പങ്കാളിയാകുന്നു. അതിർവരമ്പുകൾ സൃഷ്ടിക്കുന്നത് നമ്മുടെ ഇന്ദ്രിയങ്ങളാണ്, അല്ലാതെ അവയൊന്നും അവിടെ ഇല്ലതന്നെ. എല്ലാ കാര്യങ്ങളും മറ്റുള്ളവയോട് കൂട്ടിയിണക്കപ്പെട്ടിരിക്കുന്നു, എന്നാൽ നമ്മുടെ ഇന്ദ്രിയങ്ങൾ അതിർവരമ്പുകൾ സൃഷ്ടിക്കുന്നു. നിങ്ങൾ ഒരു ജാലകത്തിൽ നിന്നുകൊണ്ട് നോക്കുമ്പോൾ ആ ജാലകം അനന്തമായ ആകാശത്തിന് ഒരു ചട്ടക്കൂട് നൽകുന്നതുപോലെയാണത്. ആകാശം ചട്ടക്കൂടില്ലാത്തതാണ്, എന്നാൽ ആ ജാലകത്തിന്റെ ചട്ടക്കൂട് ആകാശത്തിന്റെ ചട്ടക്കൂടായിത്തീരുന്നു.

നിങ്ങളുടെ കണ്ണുകൾ ജാലകങ്ങൾ ആണ്: കണ്ണുകളിലൂടെ നിങ്ങൾ കാണുന്നത് എന്തുതന്നെയായാലും അവയ്ക്കെല്ലാം ആ ചട്ടക്കൂടുണ്ടാകുന്നു. നിങ്ങളുടെ കാതുകൾ ജാലകങ്ങളാണ്: ആ കാതുകളിലൂടെ നിങ്ങൾ കേൾക്കുന്നതെന്തായാലും ഉടനടി അവയ്ക്ക് ആ ചട്ടക്കൂടുണ്ടാകുന്നു. നമ്മുടെ ഇന്ദ്രിയങ്ങൾ എല്ലാം തന്നെ, അടിസ്ഥാനപരമായി യാതൊരു ചട്ടക്കൂടുമില്ലാത്ത കാര്യങ്ങൾക്ക് നിരന്തരം ചട്ടക്കൂടുകൾ നൽകിക്കൊണ്ടിരിക്കുന്നു.

ഇത് ഓർത്തിരിക്കുന്നത് നിങ്ങൾക്ക് അതിമഹത്തായ ഉൾക്കാഴ്ച നൽകും. അപ്പോൾ മഞ്ഞുതുള്ളി മഹാസമുദ്രമായിത്തീരുന്നു, അപ്പോൾ കടൽക്കരയിലെ ചരൽക്കല്ലുകൾ മഹാവിശ്വത്തോളം മഹത്തരമായിത്തീരുന്നു, അപ്പോൾ ഒരു കുഞ്ഞിലയിൽ ഈ പ്രപഞ്ചത്തിന്റെ മുഴുവൻ ജീവചരിത്രവും അടങ്ങുന്നു.

അപ്പോൾ നിങ്ങൾ എവിടെപ്പോയാലും ദൈവത്തെ നേരിൽക്കാണുന്നു, അകത്തും പുറത്തും. ആ അനന്തതയിൽ അവബോധത്തോടെ ജീവിക്കുക എന്നതുതന്നെയാണ് സാധ്യമായിട്ടുള്ളതിൽവെച്ച് ഏറ്റവും മഹത്തായ ആനന്ദം. അതിൽക്കൂടുതൽ യാതൊന്നും ചിന്തനീയമല്ല, അതിൽക്കൂടുതൽ ഒന്നും സാധ്യവുമല്ല. അത് തന്നെയാണ് ഉച്ചകോടിയായ അനുഭവം, ആ പരമപദം.

പ്രദോഷമനനം

നിങ്ങൾ ശരീരമല്ല, മനസ്സുമല്ല; നിങ്ങൾ അതിന്റെയെല്ലാം സാക്ഷിയാകുന്നു. ഒരുവൻ ഈ സാക്ഷീകരണത്തിൽ കുടുതൽക്കൂടുതൽ വളരാത്തിടത്തോളം താൻ ഒരു ആത്മാവാണെന്ന് അവൻ ഒരിക്കലും അറിയുകയില്ല. നിങ്ങളുടെ കണ്ണുകളെക്കുറിച്ച് നിങ്ങൾ ബോധവാനായിത്തീരുന്നത് നിങ്ങൾ കാണുമ്പോൾ മാത്രമാണ്. കണ്ണുകൾ പൂട്ടിക്കൊണ്ടുതന്നെയിരിക്കുകയാണെങ്കിൽ, നിങ്ങൾ അവയെക്കുറിച്ച് എല്ലാം മറന്നുപോകും. ഒരു കുട്ടിയെ തന്റെ കാലുകൾ ഉപയോഗിക്കുവാൻ ഒരിക്കലും അനുവദിക്കുന്നില്ലെങ്കിൽ അവന് നടക്കുവാൻ കഴിയാതെ വരികയും അവൻ തന്റെ കാലുകളെക്കുറിച്ച് എല്ലാം മറന്നു പോവുകയും ചെയ്യും.

ഒരു നിശ്ചിത സിദ്ധിവിശേഷത്തെ നാം ഉപയോഗിക്കുമ്പോൾ മാത്രമാണ് നാം അതിനെക്കുറിച്ച് ബോധവാന്മാരായിത്തീരുന്നത്; കാണുന്നതു വഴി നമുക്ക് കണ്ണുകൾ ഉണ്ടെന്നതിനെക്കുറിച്ച് നാം ബോധവാന്മാരായിത്തീരുന്നു; കേൾക്കുന്നത് വഴി നമുക്ക് കാതുകൾ ഉണ്ടെന്നതിനെക്കുറിച്ച് നാം ബോധവാന്മാരായിത്തീരുന്നു; മണക്കുന്നത് വഴി നമുക്ക് നാസിക ഉണ്ടെന്നതിനെക്കുറിച്ച് നാം ബോധവാന്മാരായിത്തീരുന്നു. കൃത്യമായും ഇതുപോലെ, സാക്ഷീകരണം വഴി ഒരുവൻ തനിക്ക് ഒരു ആത്മാവുണ്ടെന്നതിനെക്കുറിച്ച് ബോധവാനായിത്തീരുന്നു.

സാക്ഷീകരണം ആത്മാവിന്റെ പ്രവർത്തനമാണ്. അതായിരുന്നു പൗരസ്ത്യനാട്ടിലെ അന്വേഷണം: എല്ലാറ്റിനും ഒരു സാക്ഷിയായിത്തീരുന്നത് എങ്ങനെ? കേവലം ഒരു നിരീക്ഷകൻ, യാതൊരു സ്വത്വവും കൂടാതെ പരിശുദ്ധമായ ഒരു നിരീക്ഷകൻ മാത്രം. നിങ്ങൾ കേവലം ശരീരത്തെയും മനസ്സിനെയും അവയുടെ പ്രവർത്തനങ്ങളെയും അവയുടെ ചലനങ്ങളെയും പ്രവർത്തനരീ

തിയെയും നോക്കിക്കണ്ടുകൊണ്ടിരിക്കുന്നു. നിങ്ങൾ കേവലം റോഡരികിൽ നിൽക്കുന്ന ഒരു നിരീക്ഷകൻ മാത്രം– ഗതാഗതം നടന്നുകൊണ്ടേയിരിക്കുന്നു. നിങ്ങൾ ആ കടന്നുപോകുന്ന കാർ അല്ല, ആ ട്രക്ക് അല്ല, ആ ബസ്സ് അല്ല, ആ ജനങ്ങളോ, ആ പോത്തുകളോ, ആ പശുക്കളോ അല്ല - അവയൊന്നുമല്ല. നിങ്ങൾ റോഡരികിൽ നിൽക്കുന്ന വെറുമൊരു നിരീക്ഷകൻ മാത്രം.

ധ്യാനമെന്നത് അതാണ്; നിങ്ങളുടെ മനോശരീരമെന്ന സങ്കീർണ്ണതയെ അതുമായി താദാത്മ്യം പ്രാപിക്കാതെ നോക്കിക്കാണുക. അങ്ങനെ താമസിയാതെ തികച്ചും പുത്തനായ ഒരു പ്രതിഭാസം അനുഭവപ്പെടുന്നു: ആത്മാവിന്റെ അസ്തിത്വം. എന്റെ ഇവിടെയുള്ള മുഴുവൻ പ്രവർത്തനവും അതുതന്നെയാണ്: നിങ്ങൾ ദേവന്മാരും ദേവതകളും ആണെന്ന്, നിങ്ങൾ നിത്യജീവികളാണെന്ന് നിങ്ങളെ ബോധവാന്മാരാക്കുക.

പ്രഭാതമനനം

ഓരോ മനുഷ്യനും ദൈവമാകുന്നു, ഓരോ വസ്തുവും ദൈവമാകുന്നു. അസ്തിത്വമെന്നും ദൈവമെന്നും ഉള്ളത് ഒരേ പ്രതിഭാസത്തിനുള്ള രണ്ട് വാക്കുകളാണ്. അതിനാൽ ദൈവത്തെക്കുറിച്ച് ലോകത്തെ സൃഷ്ടിച്ച, ലോകത്തെ സൃഷ്ടിക്കുകയും ലോകത്തെ നിയന്ത്രിക്കുകയും സർവ്വകാര്യങ്ങളും നോക്കിനടത്തുകയും ചെയ്യുന്ന ഒരു വ്യക്തിയായി ചിന്തിക്കാതിരിക്കുക. അവനെക്കുറിച്ച് ഒരു പരമോന്നത യജമാനൻ എന്ന നിലയിൽ ചിന്തിക്കാതിരിക്കുക - അങ്ങനെ ഒരാളുമില്ല. ദൈവം അങ്ങനെ ഒരാളല്ല, ദൈവം ഒരു ഗുണവിശേഷമാണ്. അതിനെ ദൈവികത എന്നു വിളിക്കുന്നതായിരിക്കും കൂടുതൽ നല്ലത്. അത് ഒരു സൗരഭ്യമാകുന്നു.

അത് കേവലം ഒരു കാര്യമാണ് പറയുന്നത്: ലോകം ദൃശ്യമായതിനെ മാത്രം ഉൾക്കൊള്ളുന്നതല്ല, അതിൽ അദൃശ്യമായതും ഉള്ളടങ്ങിയിട്ടുണ്ട്. പരിണാമവിധേയമായവ മാത്രമല്ല ലോകത്തിൽ അടങ്ങിയിട്ടുള്ളത് - ലോകത്തിൽ പരിണാമവിധേയമല്ലാത്തവയും അടങ്ങിയിട്ടുണ്ട്. ലോകം ബാഹ്യത്തെ മാത്രം ഉൾക്കൊള്ളുന്നതല്ല, അതിന് ആന്തരികതയുടേതായ മാനവും കൂടിയുണ്ട്. ദൈവം എന്നതുകൊണ്ട് ഉദ്ദേശിക്കുന്നത് അതുമാത്രമാണ്: ആന്തരികത്വത്തിന്റെ മാനം.

പ്രദോഷമനനം

എന്താണ് ധൈര്യം? ഏറ്റവും പ്രസക്തമായ നിർവ്വചനം: പരിചിതമായതിനെ, അറിയപ്പെട്ടതിനെ, ത്യജിക്കുവാനുള്ള ശേഷി. മനസ്സ് എന്നാൽ ഇതാണ്: പരിചിതമായത്, അറിയപ്പെടുന്നത്, കഴിഞ്ഞുപോയത്. നിങ്ങൾ ഭൂതകാലത്തെ ഉപേക്ഷിക്കുന്ന നിമിഷം, അനന്തതകളിലേയ്ക്ക് നിങ്ങൾ തുറക്കപ്പെടുന്നു. എന്നാൽ മനുഷ്യൻ അത്രയും തുറക്കപ്പെടുന്നതിനെ ഭയപ്പെടുന്നു. ആ വിശാലതയിൽ സ്വയം നഷ്ടപ്പെടുന്നതായി അവന് തോന്നുന്നു.

മനസ്സ് തീരെ ചെറിയ ഒന്നാണ്. അത് ഊഷ്മളത അനുഭവിക്കുന്നു, ചൂട് അനുഭവിക്കുന്നു. അത് ഒരു സ്വർണ്ണക്കൂടുപോലെയാണ്, മനോഹരം. നിങ്ങൾക്കതിനെ അലങ്കരിക്കുവാൻ കഴിയും - എല്ലാവരും അതിനെ അലങ്കരിക്കുവാൻ ശ്രമിക്കുകയും ചെയ്യും. നമ്മുടെ വിദ്യാഭ്യാസം എന്നുപറയുന്നതുതന്നെ അതിനുവേണ്ടിയുള്ളതാണ്: ആ സ്വർണ്ണക്കൂടിനെ അലങ്കരിക്കുവാൻ. അത് വിട്ടുപോകുവാൻ നിങ്ങൾക്ക് ഏതാണ്ട് അസാധ്യമായിത്തീരുന്നത്ര മനേഹരമാക്കിത്തീർക്കുക. നിങ്ങൾ അതിനോട് അള്ളിപ്പിടിക്കുവാൻ തുടങ്ങുന്നു. നിങ്ങൾക്ക് ചിറകുകളുണ്ടെന്ന കാര്യം നിങ്ങൾ വിസ്മരിക്കുന്നു; ആകാശം മുഴുവനും ഒരു വെല്ലുവിളിയായി നിങ്ങളുടെ മുന്നിലുണ്ടെന്നും നിങ്ങൾക്ക് നക്ഷത്രങ്ങളിലേയ്ക്ക് സഞ്ചരിക്കേണ്ടതുണ്ടെന്നും ദീർഘ ദീർഘമായ ഒരു യാത്രയാണ് നിങ്ങളുടെ മുന്നിലുള്ളതെന്നും നിങ്ങൾ വിസ്മരിക്കുന്നു.

അതിനാൽ ധൈര്യത്തിന് ഞാൻ കൊടുക്കുന്ന

നിർവ്വചനം എല്ലാ ഭയപ്പാടിനുമപ്പുറം, അതിന്റെ യെല്ലാം അരക്ഷിതത്വത്തിനുമപ്പുറം, മനസ്സെന്ന സ്വർണ്ണക്കൂടിനെ ഉപേക്ഷിച്ചുകൊണ്ട് അജ്ഞാതത്തി നകത്തേയ്ക്ക് പോകുവാനുള്ള ശേഷി എന്നത്രേ. ആ വിശിഷ്ഠഗുണം സ്വായത്തമായിട്ടുള്ള വ്യക്തി മാത്രമാണ് മതാത്മകൻ.

പ്രഭാതമനനം

എല്ലാവരും ദൈവത്തിന്റേതാണ്. അങ്ങനെയാകാതെ മറ്റ് മാർഗ്ഗമില്ല. നാം ദൈവത്തിൽ ജനിക്കപ്പെടുന്നു, ദൈവത്തിൽ ജീവിക്കുന്നു, ദൈവത്തിൽ മരിക്കുന്നു. നമ്മുടെ ഊർജ്ജം ദൈവത്തിന്റെ ഊർജ്ജമാണ്. ദൈവമെന്നത് കേവലം അസ്തിത്വത്തിന്റെ സമ്പൂർണ്ണമായ ഊർജ്ജത്തിന്റെ പേരാകുന്നു.

ദൈവം എന്നതിന്റെ അർത്ഥം, അസ്തിത്വം അതിന്റെ പുറംകാഴ്ചയിൽ കാണുന്നതിനേക്കാൾ ഏറെയാണ് എന്നുമാത്രമാണ്. അളന്നെടുക്കുവാൻ കഴിയുന്നതിനേക്കാൾ അധികമാണത്. ശാസ്ത്രത്തിന് പരീക്ഷണം നടത്തുവാൻ കഴിയുന്നതിനേക്കാൾ ഏറെയാണത്. ആ ഏറെയ്ക്കുവേണ്ടിയുള്ള, നിഗൂഢതകൾക്കുവേണ്ടിയുള്ള, ആ ധനാത്മക ഗുണവിശേഷത്തിനുവേണ്ടിയുള്ള അന്വേഷണമാണ് മതം. അതിനാൽ എല്ലാവരും ദൈവത്തിന്റേതാണെങ്കിലും വളരെക്കുറച്ചാളുകൾ മാത്രമാണ് ആ വാസ്തവത്തെക്കുറിച്ച് ബോധവാന്മാരാകുന്നത്.

അത് നിങ്ങൾ സ്വയമേവ മനസിലാക്കുന്ന നിമിഷം -ഞാൻ പറയുന്നതുകൊണ്ടല്ല, ബുദ്ധൻ പറയുന്നതുകൊണ്ടല്ല, യേശു പറയുന്നത് കൊണ്ടല്ല, മറിച്ച് നിങ്ങൾ അത് അനുഭവിച്ചറിയുന്നതുകൊണ്ട്- ആ നിമിഷത്തിൽ നിങ്ങൾ പരിവർത്തിക്കപ്പെടുന്നു. എല്ലാ ദുഃഖവും അപ്രത്യക്ഷമാകുന്നു. ജീവിതം പ്രകാശവും ആഹ്ലാദവുമായിത്തീരുന്നു; ആനന്ദവും ആശീർവാദവുമായിത്തീരുന്നു.

പ്രദോഷമനനം

ജീവിതവും ദൈവവും പര്യായപദങ്ങളാകുന്നു. ദൈവം ജീവിതത്തിന്റെ സ്രഷ്ടാവ് അല്ല, ജീവിതം തന്നെ ആകുന്നു. അവൻ ജീവിതത്തിൽ നിന്ന് വ്യതിരിക്തനല്ല. സൃഷ്ടികർത്താവ് എന്ന ആശയം തന്നെ തെറ്റാണ്. അവൻ ഒരു പെയിന്റർ അല്ല, കാരണം പെയിന്റർ പെയിന്റിംഗിൽ നിന്ന് വ്യതിരിക്തനായിത്തീരുന്നു. ദൈവം അതിലേറെ ഒരു നർത്തകനെപോലെയാണ്, അവൻ അവന്റെ നൃത്തവുമായി ഒന്നായിക്കൊണ്ട് നിലനിൽക്കുന്നു. അതിനാൽ ദൈവത്തെ ആരാധിക്കുവാനായി ഒരുവൻ അമ്പലത്തിലേയ്ക്കോ, പള്ളിയിലേയ്ക്കോ, സിനഗോഗിലേയ്ക്കോ പോകേണ്ടതില്ല. ജീവിതം തന്നെ ആവശ്യത്തിലേറെയാണ്. ഈ ഭൂമി മുഴുവനും, ഈ അസ്തിത്വം മുഴുവനും ദൈവത്താൽ നിറഞ്ഞുനിൽക്കുന്നു, ദൈവത്താൽ നിറഞ്ഞു കവിഞ്ഞൊഴുകുന്നു. അവനാണ് വൃക്ഷങ്ങളിൽ കാണുന്ന പച്ചയും ചുവപ്പും മഞ്ഞയും. അവൻ എല്ലായിടവും നിറഞ്ഞിരിക്കുന്നു; നിങ്ങൾക്കവനെ ഒഴിവാക്കാനാവില്ല. ഓരോ നിമിഷവും നാം അവനുമായി കൂട്ടിയിടിക്കുന്നു.

നമുക്ക് ദൈവത്തെക്കുറിച്ച് നമ്മുടേതായ ചില ആശയങ്ങൾ ഉള്ളതുകൊണ്ടുമാത്രമാണ് നമുക്കവനെ നഷ്ടമായിക്കൊണ്ടിരിക്കുന്നത്. അവൻ അങ്ങകലെ സ്വർഗ്ഗത്തിലെവിടെയോ ആണെന്ന ഒരാശയമാണ് നമുക്കുള്ളത്. അതിനാൽ അവനെ നമുക്ക് നഷ്ടമായിക്കൊണ്ടിരിക്കുന്നു. ആ മണ്ടൻ ആശയം ഉപേക്ഷിക്കുക. അപ്പോൾ നിങ്ങളവനെ എല്ലായിടത്തും കണ്ടെത്തും. അവൻ തൊട്ടടുത്ത് തന്നെയുണ്ട്.

ഒരിക്കൽ രാമകൃഷ്ണനോട് ആരോ ചോദിച്ചു,

''ദൈവം എവിടെയാണ്?'' അപ്പോൾ അദ്ദേഹം പറഞ്ഞു, ''അവൻ എവിടെയാണ് ഇല്ലാത്തത് എന്ന് നിങ്ങൾ എനിക്ക് പറഞ്ഞു തരിക. അവൻ ഇല്ലാത്ത സ്ഥലം അന്വേഷിച്ചു കൊണ്ടിരിക്കുകയായിരുന്നു ഞാൻ. ഞാൻ പരാജയപ്പെടുകയും ചെയ്തു. അവനില്ലാത്ത ഒരിടം ഞാൻ ഇതുവരെ കണ്ടെത്തിയിട്ടില്ല.''

Notes

Notes

www.ingramcontent.com/pod-product-compliance
Lightning Source LLC
LaVergne TN
LVHW090425051026
849518LV00006B/2442